FRÁBÆRAR UPPSKRIFTIR FRÁ SPÁNI

2023

FRAMLEGAR OG HEFÐBUNDAR SPÆNSKAR UPPSKRIFTIR TIL AÐ FULLNÆGJA KRÖFUSTU GÓMUM. FYRIR BYRJANDA

CLARA RODRIGUEZ

Óheimilt er að afrita þessa bók í heild eða að hluta.

hvorki innlimun þess í tölvukerfi né sending þess í hvaða formi eða með hvaða hætti sem er, hvort sem það er rafrænt, vélrænni, ljósritun, upptöku eða öðrum aðferðum,

án skriflegs leyfis útgefanda. brotið

framangreindra réttinda geta falið í sér glæp

gegn hugverkarétti

EFNISYFIRLIT

POCHAS A LA NAVARRE 34
   Hráefni 34
   ÚTRÝNING 34
   BRAGÐ 35

LINUBRUNUR 36
   Hráefni 36
   ÚTRÝNING 36
   BRAGÐ 37

BAUNAMUSAKA MEÐ SVEPPUM 38
   Hráefni 38
   ÚTRÝNING 38
   BRAGÐ 39

VIGIL POTAJE 40
   Hráefni 40
   ÚTRÝNING 40
   BRAGÐ 41

POCHAS MEÐ KOKKUM 42
   Hráefni 42
   ÚTRÝNING 42
   BRAGÐ 43

COD AJOARRIERO 45
   Hráefni 45
   ÚTRÝNING 45
   BRAGÐ 45

SHERRY GUFÐAR KOKKAR 46

    Hráefni 46

    ÚTRÝNING 46

    BRAGÐ 46

ALLT I PEBRE AF SKÖTTULEIKUM MEÐ RÆKJUM 47

    Hráefni 47

    ÚTRÝNING 48

    BRAGÐ 48

RISTAÐUR SJÁBRAÐUR 49

    Hráefni 49

    ÚTRÝNING 49

    BRAGÐ 49

CLAMS A LA MARINERA 50

    Hráefni 50

    ÚTRÝNING 50

    BRAGÐ 51

ÞORSKUR MEÐ PILPIL 52

    Hráefni 52

    ÚTRÝNING 52

    BRAGÐ 52

BJÓRSLAÐAÐ ansjósu 54

    Hráefni 54

    ÚTRÝNING 54

    BRAGÐ 54

Smokkfiskur Í BLEKKI SÍNU 55

    Hráefni 55

ÚTRÝNING 55
BRAGÐ 55
COD CLUB RANERO 57
   Hráefni 57
   ÚTRÝNING 57
   BRAGÐ 58
SÓL AÐ APPELSINS 59
   Hráefni 59
   ÚTRÝNING 59
   BRAGÐ 59
HAKE A LA RIOJANA 61
   Hráefni 61
   ÚTRÝNING 61
   BRAGÐ 62
ÞORSKUR MEÐ JARÐABERJASÓSU 63
   Hráefni 63
   ÚTRÝNING 63
   BRAGÐ 63
Sýrður urriði 64
   Hráefni 64
   ÚTRÝNING 64
   BRAGÐ 65
SJÁBRAÐAR BILBAO STÍLL 66
   Hráefni 66
   ÚTRÝNING 66
   BRAGÐ 66

RÆKJU SCAMPI ... 67
    Hráefni ... 67
    ÚTRÝNING ... 67
    BRAGÐ ... 67
ÞORSKAR ... 68
    Hráefni ... 68
    ÚTRÝNING ... 68
    BRAGÐ ... 68
GULLÞORSKUR ... 70
    Hráefni ... 70
    ÚTRÝNING ... 70
    BRAGÐ ... 70
KRABBA Í BASKI STÍL ... 71
    Hráefni ... 71
    ÚTRÝNING ... 71
    BRAGÐ ... 72
ANSJÓS Í EDIKI ... 73
    Hráefni ... 73
    ÚTRÝNING ... 73
    BRAGÐ ... 73
BRANDADE OF COD ... 74
    Hráefni ... 74
    ÚTRÝNING ... 74
    BRAGÐ ... 74
TÍMABÆRI Í ADOBO (BIENMESABE) ... 75
    Hráefni ... 75

ÚTRÝNING 75
BRAGÐ 76
SÚRSURÐUR SÍTRUS OG TÚNFISKUR 77
   Hráefni 77
   ÚTRÝNING 77
   BRAGÐ 78
RÆKJUR REGNÚTUR 79
   Hráefni 79
   ÚTRÝNING 79
   BRAGÐ 79
TÚNFANGUR MEÐ BASILIKU 80
   Hráefni 80
   ÚTRÝNING 80
   BRAGÐ 80
EINA MENIER 81
   Hráefni 81
   ÚTRÝNING 81
   BRAGÐ 81
LAXHENDUR Í CAVA 82
   Hráefni 82
   ÚTRÝNING 82
   BRAGÐ 82
BILBAO SJÁBARSA MEÐ PIQUILLOS 83
   Hráefni 83
   ÚTRÝNING 83
   BRAGÐ 83

KRÆKLINGUR Í VINAIGRETTE ... 84
- Hráefni ... 84
- ÚTRÝNING ... 84
- BRAGÐ ... 84

MARMITAKO ... 85
- Hráefni ... 85
- ÚTRÝNING ... 85
- BRAGÐ ... 85

SJÁBARSA Í SALTI ... 87
- Hráefni ... 87
- ÚTRÝNING ... 87
- BRAGÐ ... 87

GUÐAÐUR KRÆKLINGUR ... 88
- Hráefni ... 88
- ÚTRÝNING ... 88
- BRAGÐ ... 88

HAKE GALICIAN ... 89
- Hráefni ... 89
- ÚTRÝNING ... 89
- BRAGÐ ... 89

HAKE A LA KOSKERA ... 91
- Hráefni ... 91
- ÚTRÝNING ... 91
- BRAGÐ ... 92

HNÍFAR MEÐ HVÍTLAUK OG SÍTRÓNU ... 93
- Hráefni ... 93

ÚTRÝNING ... 93
BRAGÐ ... 93
sporðdrekafiskabúðingur ... 94
   Hráefni ... 94
   ÚTRÝNING ... 94
   BRAGÐ ... 95
SKÖKLUKSFIÐUR MEÐ MJÓKUM HVÍTLAUKSKREM ... 96
   Hráefni ... 96
   ÚTRÝNING ... 96
   BRAGÐ ... 97
LÚKUR Í eplasafi MEÐ EPLAKOMPOT MEÐ MYNTU ... 98
   Hráefni ... 98
   ÚTRÝNING ... 98
   BRAGÐ ... 99
MARINERÐUR LAX ... 100
   Hráefni ... 100
   ÚTRÝNING ... 100
   BRAGÐ ... 100
URRIÐA MEÐ BLÁOST ... 101
   Hráefni ... 101
   ÚTRÝNING ... 101
   BRAGÐ ... 101
TUNNA TATAKI MARINAÐUR Í SOJA ... 103
   Hráefni ... 103
   ÚTRÝNING ... 103
   BRAGÐ ... 103

HAKE TERTA 105
- Hráefni 105
- ÚTRÝNING 105
- BRAGÐ 106

PIPAR FYLLAÐA MEÐ TORSKI 107
- Hráefni 107
- ÚTRÝNING 107
- BRAGÐ 108

RABBAR 109
- Hráefni 109
- ÚTRÝNING 109
- BRAGÐ 109

PAVÍA HERMENN 110
- Hráefni 110
- ÚTRÝNING 110
- BRAGÐ 111

RÆKJUFRÆÐUR 112
- Hráefni 112
- ÚTRÝNING 112
- BRAGÐ 112

URRIÐI TIL NAVARRE 113
- Hráefni 113
- ÚTRÝNING 113
- BRAGÐ 113

LAXTARTARE MEÐ AVOCADO 114
- Hráefni 114

ÚTRÝNING 114

BRAGÐ 114

HÖÐSPÚÐUR GALISIAN 116

Hráefni 116

ÚTRÝNING 116

BRAGÐ 116

KJÚKLINGUR Í SÓSU MEÐ SVEPPUM 118

Hráefni 118

ÚTRÝNING 118

BRAGÐ 119

MARINAR KJÚKLINGUR Í eplasafi 120

Hráefni 120

ÚTRÝNING 120

BRAGÐ 120

Kjúklingaplokkfiskur MEÐ NÍSCALOS 121

Hráefni 121

ÚTRÝNING 121

BRAGÐ 122

KJÚKLINGAFLAK A LA MADRILEÑA 123

Hráefni 123

ÚTRÝNING 123

BRAGÐ 123

KJÚKLINGUR FRICANDO MEÐ SHIITAKE Sveppum 124

Hráefni 124

ÚTRÝNING 124

BRAGÐ 125

Kjúklingadrommur MEÐ VISKI 126
    Hráefni 126
    ÚTRÝNING 126
    BRAGÐ 126
RISTIN ÖND 126
    Hráefni 127
    ÚTRÝNING 127
    BRAGÐ 127
VILLAROY Kjúklingabringur 129
    Hráefni 129
    ÚTRÝNING 129
    BRAGÐ 130
KJÚKLINGABRINGUR MEÐ SINNEP OG SÍTRÓNUSÓSU 131
    Hráefni 131
    ÚTRÝNING 131
    BRAGÐ 132
RITIÐ GAUNETTE MEÐ PLÓMUM OG SVEPPUM 133
    Hráefni 133
    ÚTRÝNING 133
    BRAGÐ 134
VILLAROY Kjúklingabringur fylltar með karamelliseruðum PIQUILLOS MEÐ EDIKI AF MODENA 135
    Hráefni 135
    ÚTRÝNING 135
    BRAGÐ 136
Kjúklingabringur fylltar með beikoni, sveppum og osti 137

- Hráefni 137
- ÚTRÝNING 137
- BRAGÐ 138

SÆTUR VÍN KJÚKLINGUR MEÐ PLÓMUM 139
- Hráefni 139
- ÚTRÝNING 139
- BRAGÐ 140

APPELSÍNAR Kjúklingabringur MEÐ CASHEW HNETUM 141
- Hráefni 141
- ÚTRÝNING 141
- BRAGÐ 141

SÍSUR HARFUR 142
- Hráefni 142
- ÚTRÝNING 142
- BRAGÐ 142

CACCIATOR Kjúklingur 143
- Hráefni 143
- ÚTRÝNING 143
- BRAGÐ 144

Kjúklingavængir í COCA COLA STÍL 145
- Hráefni 145
- ÚTRÝNING 145
- BRAGÐ 145

Hvítlaukskjúklingur 146
- Hráefni 146
- ÚTRÝNING 146

BRAGÐ 147
KJÚKLINGUR AL CHILINDRON 148
   Hráefni 148
   ÚTRÝNING 148
   BRAGÐ 149
SÍSURÐUR KVÆLLUR OG RAUÐIR ÁVENDINGAR 150
   Hráefni 150
   ÚTRÝNING 150
   BRAGÐ 151
Sítrónukjúklingur 152
   Hráefni 152
   ÚTRÝNING 152
   BRAGÐ 153
SAN JACOBO KJÚKLINGUR MEÐ SERRANO SKINKU, TORTA DEL CASAR OG ARUCULA 154
   Hráefni 154
   ÚTRÝNING 154
   BRAGÐ 154
BAKAÐ KJÚKLINGAKARRY 155
   Hráefni 155
   ÚTRÝNING 155
   BRAGÐ 155
KJÚKLINGUR Í RAUÐVÍN 156
   Hráefni 156
   ÚTRÝNING 156
   BRAGÐ 157

RISTAÐUR KJÚKLINGUR MEÐ SVÖRTUM BJÓR 158
   Hráefni 158
   ÚTRÝNING 158
   BRAGÐ 159

SÚKKULAÐI RÁÐUR 160
   Hráefni 160
   ÚTRÝNING 160
   BRAGÐ 161

RISTAÐIR KALKÚNAFJÓRVARÐAR MEÐ RAUÐRI ÁVAXTASÓSU
.... 162
   Hráefni 162
   ÚTRÝNING 162
   BRAGÐ 163

RISTAÐUR KJÚKLINGUR MEÐ FERSKUSÓSU 164
   Hráefni 164
   ÚTRÝNING 164
   BRAGÐ 165

KJÚKLINGAFLAK FULLT MEÐ SPINATI OG MOZZARELLU 166
   Hráefni 166
   ÚTRÝNING 166
   BRAGÐ 166

RISTAÐUR KÚLINGUR Í CAVA 167
   Hráefni 167
   ÚTRÝNING 167
   BRAGÐ 167

KJÚKLINGAPJÓNAR MEÐ HÆNTUSÓSU 168

Hráefni 168
ÚTRÝNING 168
BRAGÐ 169
KJÚKLINGUR Í PEPITORIA 170
Hráefni 170
ÚTRÝNING 170
BRAGÐ 171
APPELSINS KJÚKLINGUR 172
Hráefni 172
ÚTRÝNING 172
BRAGÐ 173
PÖTTUR KJÚKLINGUR MEÐ BOLETUS 174
Hráefni 174
ÚTRÝNING 174
BRAGÐ 175
SVEITUR KJÚKLINGUR MEÐ HNETUM OG SOJA 176
Hráefni 176
ÚTRÝNING 176
BRAGÐ 177
SÚKKULAÐI KJÚKLINGUR MEÐ RISTAÐRI ALMEDRAS 178
Hráefni 178
ÚTRÝNING 178
BRAGÐ 179
Lambapeysur MEÐ PAPRIKA OG SINNEPPSVINAIGRETTE 180
Hráefni 180
ÚTRÝNING 180

BRAGÐ	181
FYLT KALVAKJÁLFINNI MEÐ PORTVÍN	182
Hráefni	182
ÚTRÝNING	182
BRAGÐ	183
KJÖTTKNÚLAR TIL MADRILÉÑA	184
Hráefni	184
ÚTRÝNING	185
BRAGÐ	185
NAUTAKINAR MEÐ SÚKKULAÐI	186
Hráefni	186
ÚTRÝNING	186
BRAGÐ	187
PIKA AF SVÍNA CONFIT MEÐ SÆTRI VÍNSÓSÓU	188
Hráefni	188
ÚTRÝNING	188
BRAGÐ	189
KANIN AÐ MARC	190
Hráefni	190
ÚTRÝNING	190
BRAGÐ	191
KJÖTTBOLTA Í PEPITORIA HNETUSÓSU	192
Hráefni	192
ÚTRÝNING	193
BRAGÐ	193
KÁLFAKJÖLSKJÖLFUR MEÐ SVÖRTUM BJÓR	194

- Hráefni 194
- ÚTRÝNING 194
- BRAGÐ 195
- TRIPES A LA MADRILEÑA 196
  - Hráefni 196
  - ÚTRÝNING 196
  - BRAGÐ 197
- RISTAÐUR SVÍNALAÐUR MEÐ EPLUM OG MYNTU 198
  - Hráefni 198
  - ÚTRÝNING 198
  - BRAGÐ 199
- KJÚKLINGKJÖLFUR MEÐ HINBERBERJASÓSU 200
  - Hráefni 200
  - ÚTRÝNING 201
  - BRAGÐ 201
- Lambakjöt 202
  - Hráefni 202
  - ÚTRÝNING 202
  - BRAGÐ 203
- HARE CIVET 204
  - Hráefni 204
  - ÚTRÝNING 204
  - BRAGÐ 205
- KANIN MEÐ PIPERRADA 206
  - Hráefni 206
  - ÚTRÝNING 206

BRAGÐ 206
KJÚKLINGKJÖLFUR MEÐ OSTA MEÐ KARRÍSÓSU 207
   Hráefni 207
   ÚTRÝNING 208
   BRAGÐ 208
SVÍNAKINAR Í RAUÐVÍN 209
   Hráefni 209
   ÚTRÝNING 209
   BRAGÐ 210
SVÍNASILKI NAVARRE 211
   Hráefni 211
   ÚTRÝNING 211
   BRAGÐ 211
KJÖTT NAUTAKJÖT MEÐ HÆNTUSÓSU 212
   Hráefni 212
   ÚTRÝNING 212
   BRAGÐ 213
STEIKT SVÍN 214
   Hráefni 214
   ÚTRÝNING 214
   BRAGÐ 214
RISTUR KNÚKUR MEÐ KÁL 215
   Hráefni 215
   ÚTRÝNING 215
   BRAGÐ 215
KANINKASSI 216

Hráefni 216
ÚTRÝNING 216
BRAGÐ 217
Nautakjöt A LA MADRILEÑA 218
Hráefni 218
ÚTRÝNING 218
BRAGÐ 218
PÖTTKIN KANIN MEÐ SVEPPUM 219
Hráefni 219
ÚTRÝNING 219
BRAGÐ 220
ÍBERÍSK SVÍNARIF MEÐ HVÍVÍN OG HUNANGI 221
Hráefni 221
ÚTRÝNING 221
BRAGÐ 221
PERUR MEÐ SÚKKULAÐI MEÐ PIPAR 223
Hráefni 223
ÚTRÝNING 223
BRAGÐ 223
ÞRJÁ SÚKKULAÐIKAKA MEÐ KEX 224
Hráefni 224
ÚTRÝNING 224
BRAGÐ 225
SVISSNESKUR MARENGUR 226
Hráefni 226
ÚTRÝNING 226

BRAGÐ 226
HESSELNUTUR MEÐ BANÖNUM 227
    Hráefni 227
    ÚTRÝNING 227
    BRAGÐ 228
Sítrónuterta MEÐ SÚKKULAÐI BÖNN 229
    Hráefni 229
    ÚTRÝNING 229
    BRAGÐ 230
TIRAMISU 231
    Hráefni 231
    ÚTRÝNING 231
    BRAGÐ 232
INTXAURSALSA (VALhnetukrem) 233
    Hráefni 233
    ÚTRÝNING 233
    BRAGÐ 233
SNÁLMJÓLK 234
    Hráefni 234
    ÚTRÝNING 234
    BRAGÐ 234
KATTATUNGUR 235
    Hráefni 235
    ÚTRÝNING 235
    BRAGÐ 235
APPELSINS KÚLKÖKUR 236

Hráefni 236
ÚTRÝNING 236
BRAGÐ 236
PORTRISTIST EPL 237
Hráefni 237
ÚTRÝNING 237
BRAGÐ 237
ELDUR MARENGS 238
Hráefni 238
ÚTRÝNING 238
BRAGÐ 238
CUSTAR 239
Hráefni 239
ÚTRÝNING 239
BRAGÐ 239
PANNA COTTA MEÐ FJÓLUNAMGI 240
Hráefni 240
ÚTRÝNING 240
BRAGÐ 240
SITRUS KEX 241
Hráefni 241
ÚTRÝNING 241
BRAGÐ 242
MANGÓLIMA 243
Hráefni 243
ÚTRÝNING 243

- BRAGÐ 243
- JÓGÚRTTAKA 244
  - Hráefni 244
  - ÚTRÝNING 244
  - BRAGÐ 244
- BANANATJÓTUR MEÐ RÓSMARÍN 245
  - Hráefni 245
  - ÚTRÝNING 245
  - BRAGÐ 245
- CRÈME BRÛLÉE 246
  - Hráefni 246
  - ÚTRÝNING 246
  - BRAGÐ 246
- SVISSNESKUR ARMUR MEÐ RJÓMI 247
  - Hráefni 247
  - ÚTRÝNING 247
  - BRAGÐ 247
- EGGAFLAN 248
  - Hráefni 248
  - ÚTRÝNING 248
  - BRAGÐ 248
- CAVA hlaup með jarðaberjum 249
  - Hráefni 249
  - ÚTRÝNING 249
  - BRAGÐ 249
- FRITTAR 250

- Hráefni 250
- ÚTRÝNING 250
- BRAGÐ 250
- SAN JUAN COCA 251
  - Hráefni 251
  - ÚTRÝNING 251
- BOLOGNESE SÓSA 252
  - Hráefni 252
  - ÚTRÝNING 252
  - BRAGÐ 253
- HVÍT SÚÐ (KJÚKLINGUR EÐA nautakjöt) 254
  - Hráefni 254
  - ÚTRÝNING 254
  - BRAGÐ 254
- CONCASSÉ TÓMATAR 256
  - Hráefni 256
  - ÚTRÝNING 256
  - BRAGÐ 256
- ROBERT SÓSA 257
  - Hráefni 257
  - ÚTRÝNING 257
  - BRAGÐ 257
- BLEIK SÓSA... 258
  - Hráefni 258
  - ÚTRÝNING 258
  - BRAGÐ 258

FISKAFN 259
   Hráefni 259
   ÚTRÝNING 259
   BRAGÐ 259
ÞÝSK SÓSA 260
   Hráefni 260
   ÚTRÝNING 260
   BRAGÐ 260
HRAKKAR SÓSA 261
   Hráefni 261
   ÚTRÝNING 261
   BRAGÐ 262
DÖKKT SÚÐ (KJÚKLINGUR EÐA nautakjöt) 263
   Hráefni 263
   ÚTRÝNING 263
   BRAGÐ 264
MOJO PICÓN 265
   Hráefni 265
   ÚTRÝNING 265
   BRAGÐ 265
PESTÓ SÓSA 266
   Hráefni 266
   ÚTRÝNING 266
   BRAGÐ 266
SÚR SÆT SÓSA 267
   Hráefni 267

ÚTRÝNING 267
BRAGÐ 267
GRÆNN MOJITO 268
    Hráefni 268
    ÚTRÝNING 268
    BRAGÐ 268
BESSAMEL SÓSA 269
    Hráefni 269
    ÚTRÝNING 269
    BRAGÐ 269
HUNTER SÓSA 270
    Hráefni 270
    ÚTRÝNING 270
    BRAGÐ 270
AIOLI SÓSA 271
    Hráefni 271
    ÚTRÝNING 271
    BRAGÐ 271
BANDARÍSK SÓSA 272
    Hráefni 272
    ÚTRÝNING 272
    BRAGÐ 273
AURORA SÓSA 274
    Hráefni 274
    ÚTRÝNING 274
    BRAGÐ 274

GRILLSÓSA 275
    Hráefni 275
    ÚTRÝNING 275
    BRAGÐ 276
BEARNAISE SÓSA 277
    Hráefni 277
    ÚTRÝNING 277
    BRAGÐ 277
KARBONARA SÓSA 279
    Hráefni 279
    ÚTRÝNING 279
    BRAGÐ 279
Ljúffeng SÓSA 280
    Hráefni 280
    ÚTRÝNING 280
    BRAGÐ 280
CUMBERLAND SÓSA 281
    Hráefni 281
    ÚTRÝNING 281
    BRAGÐ 282
KARRY SÓSA 283
    Hráefni 283
    ÚTRÝNING 283
    BRAGÐ 284
HVÍTLAUKSSÓSA 285
    Hráefni 285

ÚTRÝNING 285
BRAGÐ 285
BLACKBERRY SÓSA 286
   Hráefni 286
   ÚTRÝNING 286
   BRAGÐ 286
CIDERSÓSA 287
   Hráefni 287
   ÚTRÝNING 287
   BRAGÐ 287
TÓKÚPA 288
   Hráefni 288
   ÚTRÝNING 288
   BRAGÐ 289
PEDRO XIMENEZ VÍNSÓSA 290
   Hráefni 290
   ÚTRÝNING 290
   BRAGÐ 290
RJÓMASÓSA 291
   Hráefni 291
   ÚTRÝNING 291
   BRAGÐ 291
MAJONES SÓSA 292
   Hráefni 292
   ÚTRÝNING 292
   BRAGÐ 292

JÓGÚRT OG DILLSÓSA 293
    Hráefni 293
    ÚTRÝNING 293
    BRAGÐ 293
Djöflasósa 294
    Hráefni 294
    ÚTRÝNING 294
    BRAGÐ 294
SPÆNSK SÓSA 295
    Hráefni 295
    ÚTRÝNING 295
    BRAGÐ 295
HOLLANDSE SÓSA 296
    Hráefni 296
    ÚTRÝNING 296
    BRAGÐ 296
ÍTALSKUR KLÆÐINGUR 297
    Hráefni 297
    ÚTRÝNING 297
    BRAGÐ 298
MOUSSELINE SÓSA 299
    Hráefni 299
    ÚTRÝNING 299
    BRAGÐ 299
REMÚLAÐSÓSA 300
    Hráefni 300

- ÚTRÝNING 300
- BRAGÐ 300
- BIZCAINE SÓSA 301
  - Hráefni 301
  - ÚTRÝNING 301
  - BRAGÐ 301
- BLEKSÓSA 302
  - Hráefni 302
  - ÚTRÝNING 302
  - BRAGÐ 302
- MORGUNARSÓSA 303
  - Hráefni 303
  - ÚTRÝNING 303
  - BRAGÐ 303
- ROMESCO SÓSA 304
  - Hráefni 304
  - ÚTRÝNING 304
  - BRAGÐ 305
- SOUBISE SÓSA 306
  - Hráefni 306
  - ÚTRÝNING 306
  - BRAGÐ 306
- TARTARSÓSA 307
  - Hráefni 307
  - ÚTRÝNING 307
  - BRAGÐ 307

TOFFEE SÓSA 308
    Hráefni 308
    ÚTRÝNING 308
    BRAGÐ 308
GRÆNTÆMASÚPA 309
    Hráefni 309
    ÚTRÝNING 309
    BRAGÐ 309
VELOUTE SÓSA 310
    Hráefni 310
    ÚTRÝNING 310
    BRAGÐ 310
SALSA VINAIGRETTE 311
    Hráefni 311
    ÚTRÝNING 311
    BRAGÐ 311

POCHAS A LA NAVARRE

Hráefni

400 g af baunum

1 matskeið paprika

5 hvítlauksrif

1 ítalsk græn paprika

1 rauð paprika

1 hreinn blaðlaukur

1 gulrót

1 laukur

1 stór tómatur

Ólífuolía

Salt

ÚTRÝNING

Hreinsið baunirnar vel. Hyljið þær með vatni í potti ásamt papriku, lauk, blaðlauk, tómötum og gulrót. Eldið um 35 mín.

Fjarlægðu grænmetið og rífðu það í sundur. Bætið þeim svo aftur í soðið.

Saxið hvítlaukinn smátt og brúnið hann í smá olíu. Takið af hellunni og bætið paprikunni út í. Steikið 5 og blandið í pochas. Lagfæra salt.

BRAGÐ

Þar sem þær eru ferskar belgjurtir er eldunartíminn mun styttri.

LINUBRUNUR

Hráefni

500 g linsubaunir

1 matskeið paprika

1 stór gulrót

1 meðalstór laukur

1 stór paprika

2 hvítlauksrif

1 stór kartöflu

1 þjórfé af skinku

1 pylsa

1 svartur búðingur

Beikon

1 lárviðarlauf

Salt

ÚTRÝNING

Steikið fínt saxað grænmeti þar til það er aðeins mjúkt. Hellið paprikunni út í og bætið við 1 ½ l af vatni (hægt að skipta út fyrir grænmetissoð eða jafnvel kjötkraft). Bætið við linsubaunum, kjötinu, skinkuoddinum og lárviðarlaufinu.

Fjarlægðu og geymdu chorizo og blóðpylsuna þegar þau eru mjúk svo þau brotni ekki. Haltu áfram að elda linsurnar þar til þær eru tilbúnar.

Bætið kartöflunni saman við og eldið í 5 mínútur í viðbót. Setjið klípa af salti.

BRAGÐ

Til að gefa því annan blæ skaltu bæta 1 kanilstöng við linsurnar á meðan þú eldar.

BAUNAMUSAKA MEÐ SVEPPUM

Hráefni

250 g af soðnum rauðum baunum

500 g af heimagerðri tómatsósu

200 g sveppir

100 g rifinn ostur

½ glas af rauðvíni

2 eggaldin

2 hvítlauksrif

1 stór laukur

½ græn paprika

½ gul paprika

¼ rauð paprika

1 lárviðarlauf

Mjólk

Oregano

Ólífuolía

Salt og pipar

ÚTRÝNING

Skerið eggaldin í sneiðar og setjið út í saltmjólk svo þau missi beiskjuna.

Saxið laukinn, hvítlaukinn og paprikuna í sitthvoru lagi og steikið á pönnu. Bætið sveppunum út í og haltu áfram að steikja. Vatnið með víninu og látið það minnka við háan hita. Bætið tómatsósunni, oregano og lárviðarlaufi út í. Eldið í 15 mín. Takið af hellunni og bætið baununum út í. Tímabil.

Á meðan er eggaldinsneiðarnar skolaðar og þurrkaðar vel og þær steiktar í smá olíu á báðum hliðum.

Leggið baunirnar og eggaldinin í eldfast mót þar til hráefnið klárast. Endið með lagi af eggaldin. Stráið rifnum osti yfir og gratínið.

BRAGÐ

Þessi uppskrift er stórkostleg með linsubaunir eða með hvaða belgjurt sem er afgangur frá öðrum undirbúningi.

VIGIL POTAJE

Hráefni

1 kg af kjúklingabaunum

1 kg af þorski

500 g af spínati

50 g möndlur

3 l af reyk

2 matskeiðar tómatsósa

1 matskeið paprika

3 sneiðar af steiktu brauði

2 hvítlauksrif

1 græn paprika

1 laukur

1 lárviðarlauf

Ólífuolía

Salt

ÚTRÝNING

Látið kjúklingabaunirnar liggja í bleyti í 24 klst.

Steikið í potti við meðalhita laukinn, hvítlaukinn og piparinn skorinn í litla teninga. Bætið paprikunni, lárviðarlaufinu, tómatsósunni út í og setjið fiskikraftinn yfir. Þegar það byrjar að sjóða bætið þá kjúklingabaunum út í. Þegar þær eru næstum mjúkar er þorskinum og spínatinu bætt út í.

Á meðan maukið þið möndlurnar með steiktu brauði. Myljið og blandið í soðið. Eldið í 5 mínútur í viðbót og kryddið með salti.

BRAGÐ

Bæta þarf kjúklingabaununum í pottinn með sjóðandi vatninu, annars verða þær harðar og missa roðið mjög auðveldlega.

POCHAS MEÐ KOKKUM

Hráefni

400 g af baunum

500 g kellingar

½ glas af hvítvíni

4 hvítlauksrif

1 lítil græn paprika

1 lítill tómatur

1 laukur

1 blaðlaukur

1 cayenne

söxuð fersk steinselja

Ólífuolía

ÚTRÝNING

Setjið baunirnar, paprikuna, ½ laukinn, hreina blaðlaukinn, 1 hvítlauksrif og tómatinn í pott. Setjið köldu vatni yfir og eldið í um 35 mínútur þar til belgjurtirnar eru mjúkar.

Steikið aðskilið við háan hita hinn helminginn af lauknum, cayenne piparinn og hvítlaukinn sem eftir er, skorinn mjög smátt. Bætið kúlunum út í og baðið með víninu.

Bætið kellingunum með sósunni út í pochas, bætið steinseljunni út í og eldið í 2 mínútur í viðbót. Lagfæra salt.

BRAGÐ

Dýfðu kúlunum í köldu saltvatni í 2 klukkustundir svo að þeir losi alla jörðina sem þeir kunna að hafa.

COD AJOARRIERO

Hráefni

400 g af flöguðum afsaltuðum þorski

2 matskeiðar af vökvuðum chorizo pipar

2 matskeiðar af tómatsósu

1 græn paprika

1 rauð paprika

1 hvítlauksgeiri

1 laukur

1 chilli

Ólífuolía

Salt

ÚTRÝNING

Skerið grænmetið í Juliana og steikið það við meðalhita þar til það er mjög mjúkt. Til Salts.

Bætið matskeiðum af chorizo pipar, tómatsósunni og chilli út í. Bætið muldum þorskinum út í og eldið í 2 mín.

BRAGÐ

Það er fullkomin fylling til að útbúa dýrindis empanada.

SHERRY GUFÐAR KOKKAR

Hráefni

750 g kúlur

600 ml af Jerez víni

1 lárviðarlauf

1 hvítlauksgeiri

1 sítrónu

2 matskeiðar af ólífuolíu

Salt

ÚTRÝNING

Hreinsaðu hnakkana.

Bætið 2 matskeiðum af olíu á heita pönnu og brúnið hakkað hvítlaukinn létt.

Bætið skyndilega kúlum, víni, lárviðarlaufi, sítrónu og salti út í. Lokið og eldið þar til þær opnast.

Berið kúlurnar fram með sósunni þeirra.

BRAGÐ

Hreinsun þýðir að dýfa samlokunum í kalt vatn með miklu salti til að losa mögulegan sand og óhreinindi.

ALLT I PEBRE AF SKÖTTULEIKUM MEÐ RÆKJUM

Hráefni

Fyrir fiskstofninn

15 rækjuhausar og bolir

1 höfuð eða 2 hala hryggjar af skötuselur eða hvítfiski

Tómatsósa

1 vorlaukur

1 blaðlaukur

Salt

Fyrir soðið

1 stór skötuselur (eða 2 litlir)

Rækju líkamar

1 matskeið sæt paprika

8 hvítlauksrif

4 stórar kartöflur

3 brauðsneiðar

1 cayenne

óskurnar möndlur

Ólífuolía

Salt og pipar

ÚTRÝNING

Fyrir fiskstofninn

Búið til fisksoð með því að steikja líkama rækjunnar og tómatsósuna. Bætið skötuselinum eða hausnum saman við og grænmetið skorið í julienne strimla. Setjið vatn yfir og eldið í 20 mín. Síið og kryddið með salti.

Fyrir soðið

Brúnið óskorinn hvítlauk á pönnu. Dragðu til baka og pantaðu. Steikið möndlurnar í sömu olíunni. Dragðu til baka og pantaðu.

Brúnið brauðið í sömu olíu. Draga til baka.

Myljið hvítlaukinn í mortéli, handfylli af heilum og óafhýddum möndlum, brauðsneiðarnar og cayennepiparinn.

Steikið paprikuna létt í olíunni sem notuð er til að brúna hvítlaukinn, gætið þess að hann brenni ekki og bætið henni út í soðið.

Bætið cachelada kartöflunum út í og eldið þar til þær eru mjúkar. Bætið pipruðum skötuselinum út í og eldið í 3 mín. Bætið majado og rækjum út í og eldið í 2 mínútur í viðbót þar til sósan þykknar. Kryddið með salti og berið fram heitt.

BRAGÐ

Notið aðeins það soðið sem þarf til að hylja kartöflurnar. Algengasta fiskurinn fyrir þessa uppskrift er áll, en hann er hægt að búa til með hvaða kjöti sem er eins og hundahvíti eða ál.

RISTAÐUR SJÁBRAÐUR

Hráefni

1 sjóbirtingur hreinn, slægður og kalkhreinsaður

25 g brauðrasp

2 hvítlauksrif

1 chilli

Edik

Ólífuolía

Salt

ÚTRÝNING

Saltið og smyrjið brauðann að innan sem utan. Stráið brauðmylsnunni yfir og bakið við 180°C í 25 mín.

Á meðan, steikið niðursneiddan hvítlauk og chilli við meðalhita. Helltu skvettu af ediki af hitanum og klæddu sjóbirtinginn með þessari sósu.

BRAGÐ

Meitsla felst í því að skera á breidd fisksins þannig að hann eldist hraðar.

CLAMS A LA MARINERA

Hráefni

1 kg af samlokum

1 lítið glas af hvítvíni

1 matskeið af hveiti

2 hvítlauksrif

1 lítill tómatur

1 laukur

½ chilli

Litarefni eða saffran (valfrjálst)

Ólífuolía

Salt

ÚTRÝNING

Dýfðu samlokunum í nokkrar klukkustundir í köldu vatni með miklu salti til að fjarlægja leifar af jörðu.

Þegar það hefur verið hreint, eldið samlokurnar í víninu og í ¼ l af vatni. Um leið og þau opnast skaltu fjarlægja og geyma vökvann.

Skerið laukinn, hvítlaukinn og tómatana í litla bita og steikið í smá olíu. Bætið chilli út í og eldið þar til allt er vel soðið.

Bætið matskeiðinni af hveiti út í og eldið í 2 mínútur í viðbót. Baðaðu með vatninu frá því að elda samlokurnar. Eldið í 10 mín og kryddið með salti. Bætið samlokunum út í og eldið í eina mínútu í viðbót. Bætið nú matarlitnum eða saffraninu við.

BRAGÐ

Hægt er að skipta út hvítvíni fyrir sætt. Sósan er mjög góð.

ÞORSKUR MEÐ PILPIL

Hráefni

4 eða 5 afsöltuð þorskflök

4 hvítlauksrif

1 chilli

½ l af ólífuolíu

ÚTRÝNING

Brúnið hvítlaukinn og chilli í ólífuolíu við vægan hita. Fjarlægðu þær og láttu olíuna kólna aðeins niður.

Bætið þorskflökunum út í og eldið í 1 mínútu við vægan hita. Snúið við og látið standa í 3 mín í viðbót. Það er mikilvægt að það sé soðið í olíunni, ekki að það sé steikt.

Fjarlægið þorskinn, hellið olíunni smám saman út þar til aðeins hvíta efnið (gelatín) er eftir sem þorskurinn sleppti.

Slökkt á hitanum og með hjálp sigtis, þeytið með þeytara eða með eigin hringhreyfingum og blandið smám saman olíunni sem hellt er af. Þeytið pilpilinn í 10 mín, hrærið stöðugt í.

Þegar það er tilbúið er þorskinn settur aftur út í og hrært í aðra mínútu.

BRAGÐ

Til að gefa þessu öðruvísi blæ skaltu hella skinkubeini eða einhverjum arómatískum kryddjurtum í olíuna þar sem þorskurinn á að elda.

BJÓRSLAÐAÐ ansjósu

Hráefni

Hreinsar ansjósur án þyrna

1 dós af mjög köldum bjór

Hveiti

Ólífuolía

Salt

ÚTRÝNING

Setjið bjórinn í skál og bætið við hveiti, þeytið stöðugt með þeytara, þar til þú færð þykka áferð sem drýpur varla þegar hann er bleytur í ansjósu.

Steikið í mikilli olíu og salti í lokin.

BRAGÐ

Hægt er að nota hvaða bjór sem er. Með svörtu kemur það stórkostlegt út.

Smokkfiskur Í BLEKKI SÍNU

Hráefni

1 ½ kg af smokkfiski

1 glas af hvítvíni

3 matskeiðar af tómatsósu

4 smokkfisk blek umslag

2 laukar

1 rauð paprika

1 græn paprika

1 lárviðarlauf

Ólífuolía

Salt og pipar

ÚTRÝNING

Steikið fínt saxaðan lauk og papriku við vægan hita. Þegar þær eru steiktar, bætið þá hreinsuðum og söxuðum smokkfiski út í. Hækkið hitann og kryddið.

Bætið hvítvíninu út í og látið draga úr því. Bætið við tómatsósunni, smokkfiskblekpökkunum og lárviðarlaufinu. Lokið og eldið við vægan hita þar til smokkfiskurinn er orðinn mjúkur.

BRAGÐ

Þær má bera fram með góðu pasta eða jafnvel með frönskum.

COD CLUB RANERO

Hráefni

Þorskur í pilpil

10 þroskaðir vínutómatar

4 chorizo pipar

2 grænar paprikur

2 rauðar paprikur

2 laukar

Sykur

Salt

ÚTRÝNING

Steikið tómatana og paprikuna þar til þeir eru mjúkir við 180°C.

Þegar paprikurnar eru steiktar skaltu hylja í 30 mínútur, fjarlægja hýðið og skera í strimla.

Afhýðið og skerið tómatana smátt. Steikið þá ásamt lauknum skornum í þunnar strimla og kvoða af chorizo piparnum (áður vökvaður í heitu vatni í 30 mínútur).

Bætið ristuðu paprikunni skornum í strimla út í og eldið í 5 mín. Leiðrétta salt og sykur.

Hitið pilpilinn saman við þorskinn og paprikuna.

BRAGÐ

Hægt er að sameina pilpilinn við paprikuna eða setja þetta sem grunn, þorskinn ofan á og sósu með pilpilnum. Það er líka hægt að gera það með góðum ratatouille.

SÓL AÐ APPELSINS

Hráefni

4 sóla

110 g smjör

110 ml af fumet

1 msk söxuð fersk steinselja

1 tsk paprika

2 stórar appelsínur

1 lítil sítróna

Hveiti

Salt og pipar

ÚTRÝNING

Bræðið smjörið á pönnu. Hveiti og kryddaðu iljarnar. Brúnið þær í smjöri á báðum hliðum. Bætið paprikunni, appelsínu- og sítrónusafanum og fumetinu út í.

Eldið 2 mín við meðalhita þar til sósan þykknar aðeins. Skreytið með steinseljunni og berið fram strax.

BRAGÐ

Til að fá meiri safa úr sítrusávöxtum skaltu hita þá í örbylgjuofn í 10 s á fullum krafti.

HAKE A LA RIOJANA

Hráefni

4 lýsingsflök

100 ml af hvítvíni

2 tómatar

1 rauð paprika

1 græn paprika

1 hvítlauksgeiri

1 laukur

Sykur

Ólífuolía

Salt og pipar

ÚTRÝNING

Saxið laukinn, paprikuna og hvítlaukinn smátt. Steikið allt á pönnu við meðalhita í 20 mín. Hækkið hitann, bleytið með víninu og látið það minnka þar til það er þurrt.

Bætið rifnum tómötum út í og eldið þar til þeir missa allt vatnið. Lagfærðu salt, pipar og sykur ef súrt er.

Steikið hrygginn á pönnu þar til þær eru gullnar að utan og safaríkar að innan. Fylgdu með grænmetinu.

BRAGÐ

Saltið lýsinginn 15 mínútum fyrir eldun svo saltið dreifist jafnara.

ÞORSKUR MEÐ JARÐABERJASÓSU

Hráefni

4 söltuð þorskflök

400 g púðursykur

200 g jarðarber

2 hvítlauksrif

1 appelsína

Hveiti

Ólífuolía

ÚTRÝNING

Blandið jarðarberjunum saman við appelsínusafann og sykurinn. Eldið 10 mín og fjarlægið.

Saxið hvítlaukinn og brúnið hann á pönnu með smá olíu. Dragðu til baka og pantaðu. Steikið hveitistráðan þorsk í sömu olíu.

Berið þorskinn fram með sósunni í sér skál og setjið hvítlaukinn ofan á.

BRAGÐ

Þú getur skipt út jarðarberjunum fyrir beiskt appelsínumarmelaði. Þá þarf aðeins að nota 100 g af púðursykri.

Sýrður urriði

Hráefni

4 silungar

½ lítri af hvítvíni

¼ lítri af ediki

1 lítill laukur

1 stór gulrót

2 hvítlauksrif

4 negull

2 lárviðarlauf

1 timjankvistur

Hveiti

¼ lítra af ólífuolíu

Salt

ÚTRÝNING

Saltið og hveiti silunginn. Steikið 2 mín á hvorri hlið í olíunni (þau verða að vera hrá að innan). Dragðu til baka og pantaðu.

Steikið grænmetið í sömu fitu í 10 mín.

Baðaðu með ediki og víni. Kryddið með smá salti, kryddjurtum og kryddi. Eldið við vægan hita í 10 mín í viðbót.

Bætið silungnum út í, setjið lok á og eldið í 5 mín í viðbót. Látið standa af hitanum og berið fram þegar það er kalt.

BRAGÐ

Þessi uppskrift er best að borða yfir nótt. Hvíld gefur því meira bragð. Nýttu þér afgangana til að búa til ljúffengt marinerað silungssalat.

SJÁBRAÐAR BILBAO STÍLL

Hráefni

1 sjóbirtingur á 2 kg

½ lítri af hvítvíni

2 matskeiðar af ediki

6 hvítlauksrif

1 chilli

2 dl af ólífuolíu

Salt

ÚTRÝNING

Meitlaðu brauðann, bætið við salti, bætið við smá olíu og bakið við 200°C í 20 eða 25 mín. Baðaðu smátt og smátt með víninu.

Brúnaðu á meðan niðursneiddan hvítlaukinn í 2 dl af olíu ásamt chilli. Vætið með ediki og sósu yfir sjóbirtinginn.

BRAGÐ

Meitla þýðir að skera í fiskinn til að auðvelda eldun.

RÆKJU SCAMPI

Hráefni

250 g af rækjum

3 hvítlauksrif flökuð

1 sítrónu

1 chilli

10 matskeiðar af ólífuolíu

Salt

ÚTRÝNING

Setjið afhýddar rækjur í skál, saltið þær vel og bætið sítrónusafanum út í. Fjarlægja.

Brúnið niðursneiddan hvítlauk og chilli á pönnu. Áður en þær taka lit er rækjunum bætt út í og þær steiktar í 1 mín.

BRAGÐ

Til að þær fái meira bragð skaltu blanda rækjurnar með salti og sítrónu í 15 mínútur áður en þær eru steiktar.

ÞORSKAR

Hráefni

100 g afsaltuðum þorski í mola

100 g vorlaukur

1 matskeið fersk steinselja

1 flaska af köldum bjór

Litarefni

Hveiti

Ólífuolía

Salt og pipar

ÚTRÝNING

Setjið þorskinn, graslaukinn og mjög saxaða steinselju í skál, bjórinn, smá litarefni, salt og pipar.

Blandið saman og bætið einni matskeið af hveiti í einu út í og hrærið stöðugt í þar til þú færð deig með svipaðri áferð og örlítið þykkur grautur (sem drýpur ekki). Látið standa kalt í 20 mín.

Steikið í mikilli olíu og bætið við skeiðar af deiginu. Þegar þau eru orðin gyllt skaltu fjarlægja og setja á gleypið pappír.

BRAGÐ

Ef bjór er ekki til er hægt að gera það með gosi.

GULLÞORSKUR

Hráefni

400 g af söltuðum og muldum þorski

6 egg

4 meðalstórar kartöflur

1 laukur

Fersk steinselja

Ólífuolía

Salt

ÚTRÝNING

Flysjið og skerið kartöflurnar í strá. Þvoið vel þar til vatnið rennur gegnsætt og steikið þær síðan í mikilli heitri olíu. Kryddið með salti.

Steikið suðulaukinn. Hækkið hitann, bætið muldum þorskinum út í og eldið þar til vökvinn verður uppiskroppa.

Þeytið eggin í sérstakri skál, bætið þorskinum, kartöflunum og lauknum út í. Hrærið mjög létt á pönnu. Kryddið með salti og endið með saxaðri ferskri steinselju.

BRAGÐ

Það þarf að vera lítið steikt til að það verði safaríkt. Kartöflurnar eru ekki saltaðar fyrr en í lokin svo þær missi ekki marrið.

KRABBA í BASKI STÍL

Hráefni

1 kóngulókrabbi

500 g tómatar

75 g af serranoskinku

50 g af ferskum mola (eða brauðrasp)

25 g smjör

1½ glas af brandy

1 matskeið steinselja

1/8 laukur

½ hvítlauksrif

Salt og pipar

ÚTRÝNING

Eldið kóngulókrabbann (1 mín á 100 g) í 2 l af vatni með 140 g af salti. Kælið og fjarlægið kjötið.

Steikið laukinn og hvítlaukinn skorinn í litla bita saman við skinkuna skorna í fínar julienne strimla. Bætið rifnum tómötum og saxuðu steinseljunni út í og eldið þar til þú færð þurrt deig.

Bætið kóngulókrabbakjöti út í, blautið með brennivíninu og flamberið. Bætið helmingnum af molanum af hitanum út í og fyllið kóngulókrabbann.

Stráið afganginum af molanum ofan á og dreifið smjörinu sem er skorið í bita yfir. Gratíníð í ofni þar til það er gullið að ofan.

BRAGÐ

Það er líka hægt að gera hann með góðum íberískum kóríósó, og jafnvel fylla með reyktum osti.

ANSJÓS Í EDIKI

Hráefni

12 ansjósur

300 cl af vínediki

1 hvítlauksgeiri

Hakkað steinselja

Extra virgin ólífuolía

1 tsk salt

ÚTRÝNING

Setjið hreinu ansjósurnar á sléttan disk ásamt edikinu þynnt í vatni og salti. Geymið í kæliskáp í 5 klst.

Á meðan er fínsaxið hvítlauk og steinselju blandað í olíu.

Takið ansjósurnar úr edikinu og hyljið þær með olíu og hvítlauk. Settu það aftur í ísskápinn í 2 klukkustundir í viðbót.

BRAGÐ

Þvoið ansjósurnar endurtekið þar til vatnið rennur út.

BRANDADE OF COD

Hráefni

¾ kg af söltuðum þorski

1dl af mjólk

2 hvítlauksrif

3dl af ólífuolíu

Salt

ÚTRÝNING

Hitið olíuna með hvítlauknum í litlum potti við meðalhita í 5 mín. Bætið þorskinum út í og eldið við mjög lágan hita í 5 mín í viðbót.

Hitið mjólkina og setjið hana í blandaraglas. Bætið roðlausum þorskinum og hvítlauknum út í. Þeytið þar til þú færð fínt deig.

Bætið olíunni við án þess að hætta að berja þar til þú færð stöðugt deig. Kryddið með salti og gratínið í ofni á hámarksafli.

BRAGÐ

Það má borða á ristuðu brauði og krydda ofan á með smá aioli.

TÍMABÆRI Í ADOBO (BIENMESABE)

Hráefni

500 g af skötu

1 glas af ediki

1 slétt matskeið af möluðu kúmeni

1 jöfn matskeið af sætri papriku

1 stig matskeið af oregano

4 lárviðarlauf

5 hvítlauksrif

Hveiti

Ólífuolía

Salt

ÚTRÝNING

Settu áður skorið og hreinsað hundahólf í djúpt ílát.

Bætið vel við handfylli af salti og teskeiðunum af papriku, kúmeni og oregano.

Myljið hvítlaukinn með hýðinu og bætið honum í ílátið. Brjótið lárviðarlaufin og bætið þeim líka út í. Að lokum bætið við glasinu af ediki og öðru glasi af vatni. Látið hvíla yfir nótt.

Þurrkaðu hundabitana, hveiti og steiktu.

BRAGÐ

Ef kúmenið er nýmalað, setjið aðeins ¼ af jafnri matskeiðinni. Það er hægt að gera með öðrum fiski eins og pomfret eða skötusel.

SÚRSURÐUR SÍTRUS OG TÚNFISKUR

Hráefni

800 g túnfiskur (eða ferskur túnfiskur)

70ml edik

140 ml af víni

1 gulrót

1 blaðlaukur

1 hvítlauksgeiri

1 appelsína

½ sítróna

1 lárviðarlauf

70 ml af olíu

Salt og pipar

ÚTRÝNING

Skerið gulrót, blaðlauk og hvítlauk í sneiðar og steikið í smá olíu. Þegar grænmetið er orðið mjúkt er ediki og víni bætt út í.

Bætið við lárviðarlaufinu og piparnum. Leiðréttið saltið og eldið í 10 mín í viðbót. Bætið við börknum og sítrussafanum og túnfiskinum skorinn í 4 bita. Eldið í 2 mínútur í viðbót og látið það hvíla undir hitanum.

BRAGÐ

Fylgdu sömu skrefum til að búa til dýrindis kjúklingamarinering. Það er aðeins nauðsynlegt að brúna kjúklinginn áður en hann er settur í marineringarpottinn og elda í 15 mínútur í viðbót.

RÆKJUR REGNÚTUR

Hráefni

500 g af rækjum

100 g hveiti

½ dl af köldum bjór

Litarefni

Ólífuolía

Salt

ÚTRÝNING

Afhýðið rækjurnar án þess að fjarlægja halaendann.

Blandið hveiti, smá litarefni og salti saman í skál. Blandið smátt og smátt og án þess að hætta að berja bjórinn.

Taktu rækjurnar í rækjurnar, farðu í gegnum fyrra deigið og steiktu þær í ríkulegri olíu. Fjarlægðu þegar það er gullið og geymt á gleypið pappír.

BRAGÐ

Þú getur bætt 1 tsk af karrý eða papriku út í hveitið.

TÚNFANGUR MEÐ BASILIKU

Hráefni

125 g af niðursoðnum túnfiski í olíu

½ lítri af mjólk

4 egg

1 sneið af brauðsneið

1 msk rifinn parmesan

4 fersk basilíkublöð

Hveiti

Ólífuolía

Salt og pipar

ÚTRÝNING

Blandið túnfisknum saman við mjólk, egg, sneið brauð, parmesan og basil. Setjið salt og pipar.

Setjið deigið í einstök mót sem áður hafa verið smurt og hveitistráð og bakið í vatnsbaði við 170 ºC í 30 mín.

BRAGÐ

Þú getur líka útbúið þessa uppskrift með niðursoðnum kræklingi eða sardínum.

EINA MENIER

Hráefni

6 sóla

250 g smjör

50 g sítrónusafi

2 matskeiðar smátt söxuð steinselja

Hveiti

Salt og pipar

ÚTRÝNING

Saltið, piprið og hveiti iljarnar, hreinsaðar af hausum og skinni. Steikið þær í bræddu smjöri á báðum hliðum við meðalhita, passið að brenna ekki hveitið.

Takið fiskinn út og bætið sítrónusafanum og steinseljunni á pönnuna. Eldið í 3 mín án þess að hætta að hræra. Diskaðu fiskinn ásamt sósunni.

BRAGÐ

Bættu við nokkrum kapers til að gefa uppskriftinni ljúffengan blæ.

LAXHENDUR Í CAVA

Hráefni

2 laxaflök

½ l af cava

100 ml af rjóma

1 gulrót

1 blaðlaukur

Ólífuolía

Salt og pipar

ÚTRÝNING

Kryddið og brúnið laxinn á báðum hliðum. Áskilið.

Skerið gulrótina og blaðlaukinn í langar þunnar stangir. Steikið grænmetið í 2 mín í sömu olíu og laxinn var búinn til. Bætið cava út í og látið minnka um helming.

Bætið rjómanum út í, eldið í 5 mín og bætið laxinum út í. Eldið í 3 mín í viðbót og kryddið með salti og pipar.

BRAGÐ

Þú getur gufað lax í 12 mín og fylgt honum með þessari sósu.

BILBAO SJÁBARSA MEÐ PIQUILLOS

Hráefni

4 sjóbirtingur

1 matskeið edik

4 hvítlauksrif

Piquillo papriku

125ml ólífuolía

Salt og pipar

ÚTRÝNING

Fjarlægðu hrygginn af sjóbirtingnum. Kryddið með salti og pipar og steikið á pönnu við háan hita þar til gullið að utan og safaríkt að innan. Taktu út og pantaðu.

Laxaðu hvítlaukinn og léttsteiktu hann í sömu olíu og fiskurinn. Vættið með ediki.

Brúnið paprikuna á sömu pönnu.

Berið sjóbirtingahrygginn fram með sósunni ofan á og fylgir paprikunum.

BRAGÐ

Bilbao sósuna má útbúa fyrirfram; þá þarf bara að hita og bera fram.

KRÆKLINGUR Í VINAIGRETTE

Hráefni

1 kg af kræklingi

1 lítið glas af hvítvíni

2 matskeiðar af ediki

1 lítil græn paprika

1 stór tómatur

1 lítill vorlaukur

1 lárviðarlauf

6 matskeiðar af ólífuolíu

Salt

ÚTRÝNING

Hreinsaðu kræklinginn vandlega með nýjum svampi.

Setjið kræklinginn í pott með víninu og lárviðarlaufinu. Lokið og eldið við háan hita þar til þær opnast. Geymið og fargið einni af skeljunum.

Búðu til vinaigrette með því að saxa niður tómata, vorlauk og pipar. Kryddið með ediki, olíu og salti. Hrærið og sósið yfir kræklinginn.

BRAGÐ

Látið standa yfir nótt til að auka bragðið.

MARMITAKO

Hráefni

300 g túnfiskur (eða bonito)

1 l af fiskistofni

1 matskeið af chorizo pipar

3 stórar kartöflur

1 stór rauð paprika

1 stór græn paprika

1 laukur

Ólífuolía

Salt og pipar

ÚTRÝNING

Steikið laukinn og paprikuna skorna í ferninga. Bætið matskeiðinni af chorizo pipar og skrældar og cachelada kartöflunum út í. Hrærið í 5 mín.

Vætið með fisksoðinu og þegar það er byrjað að eldast, kryddið með salti og pipar. Eldið við vægan hita þar til kartöflurnar eru soðnar.

Slökkvið á hitanum og bætið svo túnfiskinum sem er skorinn í teninga og kryddaður út í. Látið hvíla 10 mín áður en borið er fram.

BRAGÐ

Túnfisk má skipta út fyrir lax. Niðurstaðan kemur á óvart.

SJÁBARSA Í SALTI

Hráefni

1 sjóbirtingur

600 g gróft salt

ÚTRÝNING

Skerið og hreinsið fiskinn. Setjið saltbeð á disk, setjið sjóbirtinginn ofan á og setjið restina af saltinu yfir.

Bakið við 220ºC þar til saltið hefur harðnað og brotnað. Þeir eru um það bil 7 mínútur á 100 g af fiski.

BRAGÐ

Ekki hreistur fiskinn þegar eldaður er í salti, þar sem hreistur verndar kjötið fyrir háum hita. Hægt er að bragðbæta saltið með kryddjurtum eða bæta við eggjahvítu.

GUÐAÐUR KRÆKLINGUR

Hráefni

1 kg af kræklingi

1dl af hvítvíni

1 lárviðarlauf

ÚTRÝNING

Hreinsaðu kræklinginn vandlega með nýjum svampi.

Setjið kræklinginn, vínið og lárviðarlaufið í heita pott. Lokið og eldið við háan hita þar til þær opnast. Fargaðu þeim sem ekki hafa verið opnaðir.

BRAGÐ

Í Belgíu er hann mjög vinsæll réttur og honum fylgja nokkrar góðar franskar kartöflur.

HAKE GALICIAN

Hráefni

4 sneiðar af lýsingi

600 g af kartöflum

1 tsk paprika

3 hvítlauksrif

1 meðalstór laukur

1 lárviðarlauf

6 matskeiðar jómfrúar ólífuolía

Salt og pipar

ÚTRÝNING

Hitið vatn í potti; bætið kartöflusneiðum, slípuðum lauk, salti og lárviðarlaufinu út í. Eldið í 15 mín við vægan hita þar til allt er orðið mjúkt.

Bætið kryddduðum lýsingsneiðum út í og eldið í 3 mín í viðbót. Tæmdu kartöflurnar og lýsinguna og færðu allt í leirpott.

Steikið sneið eða saxaðan hvítlauk á pönnu; þegar það er gullið, takið það af hitanum. Bætið paprikunni út í, hrærið og hellið þessari sósu yfir fiskinn. Berið fram fljótt ásamt smá af eldunarvatninu.

BRAGÐ

Mikilvægt er að vatnsmagnið nægi aðeins til að þekja fisksneiðarnar og kartöflurnar.

HAKE A LA KOSKERA

Hráefni

1 kg af lýsingi

100 g af soðnum ertum

100g laukur

100 g af samlokum

100 g af rækjum

1 dl af fumet

2 matskeiðar af steinselju

2 hvítlauksrif

8 aspasráð

2 harðsoðin egg

Hveiti

Salt og pipar

ÚTRÝNING

Skerið lýsinginn í sneiðar eða hrygg. Kryddið og hveiti.

Steikið laukinn og fínt saxaðan hvítlauk í potti þar til hann er mjúkur. Hækkið hitann, bætið fiskinum út í og brúnið hann létt á báðum hliðum.

Bætið soðinu út í og eldið í 4 mínútur, hreyfðu pottinn stöðugt þannig að sósan þykkni. Bætið afhýddum rækjum, aspas, hreinsuðu samlokunni, baunum og fjórðu eggjunum út í. Eldið í 1 mínútu í viðbót og stráið saxaðri steinselju yfir.

BRAGÐ

Saltið lýsingin 20 mínútum fyrir eldun svo saltið dreifist jafnara.

HNÍFAR MEÐ HVÍTLAUK OG SÍTRÓNU

Hráefni

2 tugir rakvélar

2 hvítlauksrif

2 greinar af steinselju

1 sítrónu

Extra virgin ólífuolía

Salt

ÚTRÝNING

Setjið rakvélarnar í skál með köldu vatni og salti kvöldið áður til að hreinsa þær af hugsanlegum sandileifum.

Tæmið, setjið þær á pönnu, lokið og hitið við meðalhita þar til þær opnast.

Á meðan, saxið hvítlaukinn, steinseljugreinarnar og blandið saman við sítrónusafann og ólífuolíuna. Kryddið rakvélarsamlokurnar með þessari sósu.

BRAGÐ

Þær eru ljúffengar með hollandaise eða bearnaise sósu (bls. 532 og 517).

sporðdrekafiskabúðingur

Hráefni

500 g af hauslausum sporðdrekafiski

125ml tómatsósa

¼ lítri af rjóma

6 egg

1 gulrót

1 blaðlaukur

1 laukur

Brauðmylsna

Ólífuolía

Salt og pipar

ÚTRÝNING

Eldið sporðdrekafiskinn í 8 mínútur ásamt hreinsuðu og söxuðu grænmeti. Til Salts.

Myljið sporðdrekafiskakjötið (án roðs eða beina). Setjið það í skál ásamt eggjum, rjóma og tómatsósu. Myljið og kryddið með salti og pipar.

Smyrjið mót og stráið brauðrasp yfir. Fyllið með fyrra deiginu og eldið í bain-marie í ofni við 175 ºC í 50 mín eða þar til það kemur hreint út þegar stungið er með nál. Berið fram kalt eða heitt.

BRAGÐ

Þú getur skipt út sporðdrekafiskinum fyrir hvaða annan fisk sem er

SKÖKLUKSFIÐUR MEÐ MJÓKUM HVÍTLAUKSKREM

Hráefni

4 litlir skötuselur

50 g af svörtum ólífum

400 ml af rjóma

12 hvítlauksrif

Salt og pipar

ÚTRÝNING

Eldið hvítlaukinn úr köldu vatni. Þegar suðan er komin upp skaltu fjarlægja og henda vatninu. Endurtaktu sömu aðgerð 3 sinnum.

Steikið síðan hvítlaukinn í rjómanum í 30 mín við vægan hita.

Þurrkaðu ólífur í örbylgjuofni þar til þær eru þurrar. Settu þau í gegnum mortéli þar til þú færð ólífuduft.

Kryddið með salti og pipar og eldið skötuselinn við háan hita þar til hann er safaríkur að utan og gullinn að innan.

Kryddið sósuna. Berið skötuselinn fram með sósunni til hliðar og með ólífurykinu ofan á.

BRAGÐ

Bragðið af þessari sósu er mjúkt og ljúffengt. Ef það er mjög fljótandi, gefðu því nokkrar mínútur í viðbót af eldun. Ef hann er hins vegar of þykkur bætið þá við smá heitum fljótandi rjóma og hrærið.

LÚKUR Í eplasafi MEÐ EPLAKOMPOT MEÐ MYNTU

Hráefni

4 hæðir af lýsingi

1 flaska af eplasafi

4 matskeiðar af sykri

8 myntublöð

4 epli

1 sítrónu

Hveiti

Ólífuolía

Salt og pipar

ÚTRÝNING

Kryddið lýsinguna með salti og pipar, hveiti og brúnið í smá heitri olíu. Takið út og setjið á bökunarplötu.

Afhýðið og skerið eplin smátt og bætið þeim á bakkann. Þvoið með eplasafi og bakið í 15 mín við 165 ºC.

Skerið eplin og sósuna upp úr. Blandið saman við sykur og myntulauf.

Berið fiskinn fram ásamt kompottinum.

BRAGÐ

Önnur útgáfa af sömu uppskrift. Hveiti og brúnið lýsinginn og setjið hann í pott ásamt eplum og eplasafi. Eldið við vægan hita 6 mín. Fjarlægðu lýsinguna og láttu hann minnka sósuna. Blandið síðan saman við myntu og sykur.

MARINERÐUR LAX

Hráefni

1 kg af laxahrygg

500 g af sykri

4 matskeiðar saxað dill

500 g af grófu salti

Ólífuolía

ÚTRÝNING

Blandið salti, sykri og dilli saman í skál. Setjið helminginn á botninn á bakka. Bætið laxinum út í og setjið hinn helminginn af blöndunni yfir.

Geymið í kæliskáp í 12 klst. Fjarlægðu og hreinsaðu með köldu vatni. Flakið og hyljið með olíu.

BRAGÐ

Salt er hægt að bragðbæta með hvaða jurtum eða kryddi sem er (engifer, negull, karrý osfrv.)

URRIÐA MEÐ BLÁOST

Hráefni

4 silungar

75 g gráðostur

75 g smjör

40 cl af fljótandi rjóma

1 lítið glas af hvítvíni

Hveiti

Ólífuolía

Salt og pipar

ÚTRÝNING

Hitið smjörið í potti ásamt olíuskreytingu. Steikið hveitistráðan og kryddaðan silung í 5 mín á hvorri hlið. Áskilið.

Hellið víninu og ostinum í fituna sem eftir er af steikingu. Eldið, hrærið stöðugt í, þar til vínið hverfur næstum og osturinn er alveg bráðinn.

Bætið rjómanum út í og eldið þar til æskileg áferð er fengin. Lagaðu salt og pipar. Steikið yfir silungnum.

BRAGÐ

Búðu til sæta og súra gráðostasósu og settu náttúrulegan appelsínusafa í staðinn fyrir rjómann.

TUNNA TATAKI MARINAÐUR Í SOJA

Hráefni

1 túnfiskhryggur (eða lax)

1 glas af soja

1 glas af ediki

2 hrúgaðar matskeiðar af sykri

Börkur af 1 lítilli appelsínu

Hvítlaukur

ristað sesam

Engifer

ÚTRÝNING

Hreinsið túnfiskinn vel og skerið hann í hleif. Brúnið létt á öllum hliðum á mjög heitri pönnu og kælið strax í ísvatni til að hætta að elda.

Blandið soja, ediki, sykri, appelsínuberki, engifer og hvítlauk saman í skál. Bætið fiskinum út í og látið marinerast í að minnsta kosti 3 klst.

Skerið sesam yfir, skerið í litlar sneiðar og berið fram.

BRAGÐ

Þessa uppskrift þarf að útbúa með áður frosnum fiski til að forðast anisakis.

HAKE TERTA

Hráefni

1 kg af lýsingi

1 lítri af rjóma

1 stór laukur

1 glas af brandy

8 egg

Steiktur tómatar

Ólífuolía

Salt og pipar

ÚTRÝNING

Skerið laukinn í julienne strimla og steikið hann á pönnu. Þegar það er mjúkt, bætið þá lýsingnum út í. Eldið þar til það er tilbúið og molnað.

Næst skaltu hækka hitann og drekka með brennivíninu. Látið minnka og bætið smá tómötum við.

Takið af hellunni og bætið eggjunum og rjómanum út í. Rífa allt saman. Kryddið eftir smekk og setjið í mót. Eldið í bain-marie í ofni við 165 ºC í að minnsta kosti 1 klst. eða þar til þegar hún er stungin með nál kemur hún hrein út.

BRAGÐ

Berið með bleikri eða tartarsósu. Það er hægt að gera með hvaða beinlausu hvítfiski sem er.

PIPAR FYLLAÐA MEÐ TORSKI

Hráefni

250 g afsaltuðum þorski

100 g af rækjum

2 matskeiðar af steiktum tómötum

2 matskeiðar smjör

2 matskeiðar af hveiti

1 dós af piquillo papriku

2 hvítlauksrif

1 laukur

brennivín

Ólífuolía

Salt og pipar

ÚTRÝNING

Setjið vatn yfir þorskinn og eldið í 5 mín. Fjarlægðu og geymdu eldunarvatnið.

Steikið laukinn og hvítlauksrifið skorið í litla bita. Flysjið rækjurnar og bætið skeljunum á laukpönnuna. Steikið vel. Hækkið hitann og bætið við skvettu af brandy og steiktum tómötum. Baðið með vatninu frá þorskeldun og eldið í 25 mín. Mylja og sía.

Steikið saxaðar rækjur og geymið.

Steikið hveitið í smjörinu í um það bil 5 mínútur, bætið síaða soðinu út í og eldið í 10 mínútur í viðbót án þess að hætta að slá með nokkrum stöngum.

Bætið við muldum þorskinum og steiktu rækjunum. Kryddið með salti og pipar og látið kólna.

Fylltu paprikurnar með fyrra deiginu og berið fram.

BRAGÐ

Hin fullkomna sósa fyrir þessar paprikur er Vizcaína (sjá kaflann um seyði og sósur).

RABBAR

Hráefni

1 kg af heilum smokkfiski

150 g af hveiti

50 g kjúklingabaunamjöl

Ólífuolía

Salt

ÚTRÝNING

Hreinsaðu smokkfiskinn vel, fjarlægðu ytra húðina og hreinsaðu vel að innan. Skerið þær í þunnar ræmur eftir endilöngu, ekki á breidd. Til Salts.

Blandið saman hveiti og kjúklingabaunamjöli og hveiti smokkfiskinum með blöndunni.

Hitið olíuna vel og steikið smokkfiskana smátt og smátt þar til þeir eru gylltir. Berið fram strax.

BRAGÐ

Saltið smokkfiskinn með 15 mínútna fyrirvara og steikið þá í mjög heitri olíu.

PAVÍA HERMENN

Hráefni

500 g afsaltuðum þorski

1 matskeið oregano

1 matskeið malað kúmen

1 matskeið matarlitur

1 matskeið paprika

1 glas af ediki

2 hvítlauksrif

1 lárviðarlauf

Hveiti

heit olía

Salt

ÚTRÝNING

Blandið saman oregano, kúmeni, papriku, pressuðum hvítlauk, glasi af ediki og öðru glasi af vatni í skál og kryddið með smá salti. Setjið afsaltaða þorskinn skorinn í strimla í marineringuna í 24 klst.

Blandið litarefni og hveiti. Hveitið þorskstrimlurnar, skolið af og steikið í miklu heitri olíu.

BRAGÐ

Berið fram strax svo að innan verði safaríkt og að utan stökkt.

RÆKJUFRÆÐUR

Hráefni

125 g af hrári rækju

75 g af hveiti

50 g kjúklingabaunamjöl

5 saffranþræðir (eða litarefni)

¼ vorlaukur

Fersk steinselja

Extra virgin ólífuolía

Salt

ÚTRÝNING

Ristið saffran í ofninum í nokkrar sekúndur vafinn inn í álpappír.

Blandið saman í skál hveiti, salti, duftformi saffran, fínsöxuðum graslauk, saxaðri steinselju, 125 ml af mjög köldu vatni og rækjunni.

Steikið matskeiðar af útbreiddu deiginu í miklu olíu. Látið liggja þar til þær eru orðnar vel gylltar.

BRAGÐ

Deigið ætti að hafa jógúrtlíka áferð þegar það er hrært með skeið.

URRIÐI TIL NAVARRE

Hráefni

4 silungar

8 sneiðar af serranoskinku

Hveiti

Ólífuolía

Salt

ÚTRÝNING

Setjið 2 sneiðar af serranoskinku í hverja hreinan og slægðan silung. Hveiti og kryddið með salti.

Steikið í mikilli olíu og fjarlægið umframfitu á gleypið pappír.

BRAGÐ

Hitastig olíunnar þarf að vera miðlungs hátt til að forðast að elda aðeins að utan og hitinn nær ekki miðju fisksins.

LAXTARTARE MEÐ AVOCADO

Hráefni

500 g beinlaus, roðlaus lax

6 kapers

4 tómatar

3 súrsuðum gúrkur

2 avókadó

1 vorlaukur

Safi úr 2 sítrónum

Tabasco

Ólífuolía

Salt

ÚTRÝNING

Afhýðið og fræhreinsið tómatana. Tæmið avókadóið. Saxið allt hráefnið eins fínt og hægt er og blandið því saman í skál.

Kryddið með sítrónusafanum, nokkrum dropum af tabasco, ólífuolíu og salti.

BRAGÐ

Það er hægt að gera með reyktum laxi eða öðrum álíka fiskum eins og silungi.

HÖÐSPÚÐUR GALISIAN

Hráefni

8 hörpuskel

125g laukur

125 g af serranoskinku

80 g brauðrasp

1 matskeið fersk steinselja

½ tsk sæt paprika

1 saxað harðsoðið egg

ÚTRÝNING

Saxið laukinn smátt og steikið við lágan hita í 10 mín. Bætið skinku sem er skorið í litla teninga út í og steikið áfram í 2 mínútur í viðbót. Bætið paprikunni út í og eldið í 10 sekúndur í viðbót. Fjarlægðu og láttu það kólna.

Þegar það er kalt, setjið það í skál og bætið brauðmylsnu saman við, saxaðri steinselju og eggi. Mingla.

Fylltu hörpuskelina með fyrri blöndunni, settu á disk og bakaðu við 170 ºc í 15 mín.

BRAGÐ

Til að spara tíma skaltu undirbúa fyrirfram og baka daginn sem þú þarft þá. Það er líka hægt að gera það með hörpuskel og jafnvel með ostrum.

KJÚKLINGUR Í SÓSU MEÐ SVEPPUM

Hráefni

1 kjúklingur

350 g sveppir

½ l af kjúklingasoði

1 glas af hvítvíni

1 timjankvistur

1 grein af rósmarín

1 lárviðarlauf

2 tómatar

1 græn paprika

1 hvítlauksgeiri

1 laukur

1 cayenne

Ólífuolía

Salt og pipar

ÚTRÝNING

Saxið, kryddið og brúnið kjúklinginn við háan hita. Dragðu til baka og pantaðu. Steikið lauk, cayenne, pipar og hvítlauk skorinn í mjög litla bita í sömu olíu við vægan hita í 5 mín. Hækkið hitann og bætið rifnum tómötum út í. Soðið þar til allt vatnið úr tómötunum hverfur.

Bætið kjúklingnum aftur út í og baðið með víninu þar til það minnkar og sósan er næstum þurr. Vætið með soðinu og bætið ilmjurtunum út í. Eldið í um það bil 25 mínútur eða þar til kjúklingurinn er mjúkur.

Steikið í sundur sneiða sveppina kryddaða með salti á heitri pönnu með smá olíu í 2 mín. Bætið þeim við kjúklingasoðið og eldið í 2 mínútur í viðbót. Leiðrétta salt ef þarf.

BRAGÐ

Útkoman er alveg eins góð ef það er gert með kantarellum.

MARINAR KJÚKLINGUR í eplasafi

Hráefni

1 kjúklingur

2 glös af ediki

4 glös af eplasafi

2 hvítlauksrif

2 gulrætur

1 lárviðarlauf

1 blaðlaukur

2 glös af olíu

Salt og pipar

ÚTRÝNING

Saxið, kryddið og brúnið kjúklinginn í potti. Taktu út og pantaðu. Steikið gulræturnar og blaðlaukinn skorinn í stangir í sömu olíu og niðursneidd hvítlauksrif. Þegar grænmetið er orðið mjúkt skaltu bæta vökvanum við.

Bætið lárviðarlaufinu og piparnum út í, kryddið með salti og eldið í 5 mínútur í viðbót. Bætið kjúklingnum út í og eldið í 12 mín í viðbót. Látið standa þakið af hitanum.

BRAGÐ

Það má geyma í kæliskáp í nokkra daga. Escabeche er leið til að varðveita mat.

Kjúklingaplokkfiskur MEÐ NÍSCALOS

Hráefni

1 stór kjúklingur

150 g kantarellur

1 glas af brandy

1 timjankvistur

1 grein af rósmarín

2 rifnir tómatar

2 hvítlauksrif

1 græn paprika

1 rauð paprika

1 gulrót

1 laukur

Kjúklingasúpa

Hveiti

Ólífuolía

Salt og pipar

ÚTRÝNING

Saltið og piprið og hveiti kjúklingurinn skorinn í bita. Brúnið við háan hita með smá olíu, fjarlægið og geymið.

Í sömu olíu, steikið gulrót, lauk, hvítlauk og papriku í litla bita í 20 mínútur við lágan hita.

Hækkið hitann og bætið rifnum tómötum út í. Eldið þar til næstum allt vatn er horfið úr tómötunum. Bætið hreinum og söxuðum kantarellunum út í. Steikið í 3 mín við háan hita, bleytið með brennivíninu og látið það minnka.

Setjið kjúklinginn aftur út í og setjið soðið yfir. Bætið arómatískum kryddjurtum út í og eldið í 25 mín í viðbót.

BRAGÐ

Allar tegundir af árstíðabundnum sveppum má nota í þennan rétt.

KJÚKLINGAFLAK A LA MADRILEÑA

Hráefni

8 kjúklingaflök

3 hvítlauksrif

2 matskeiðar fersk steinselja

1 tsk malað kúmen

Hveiti, egg og brauðrasp (til að hjúpa)

Ólífuolía

Salt og pipar

ÚTRÝNING

Blandið fínsöxinni steinselju og hvítlauk saman við brauðmylsnuna og kúmenið.

Kryddið flökin með salti og pipar og rennið þeim í gegnum hveiti, hrært egg og fyrri blönduna.

Þrýstu með höndunum þannig að brauðið festist vel. Steikið í miklu heitri olíu þar til gullið.

BRAGÐ

Hægt er að gratínera þær með nokkrum sneiðum af mozzarella og concassé tómötum (sjá kaflann um seyði og sósur) ofan á.

KJÚKLINGUR FRICANDO MEÐ SHIITAKE Sveppum

Hráefni

1 kg af kjúklingaflökum

250 g shiitake sveppir

250 ml af kjúklingasoði

150 ml brennivín

2 tómatar

1 gulrót

1 hvítlauksgeiri

1 blaðlaukur

½ vorlaukur

1 vönd af arómatískum kryddjurtum (tímjan, rósmarín, lárviðarlauf...)

1 tsk paprika

Hveiti

Ólífuolía

Salt og pipar

ÚTRÝNING

Kryddið og hveiti fernu kjúklingaflökin. Brúnið í smá olíu við meðalhita og fjarlægið.

Steikið grænmetið skorið í litla bita í sömu olíu, bætið paprikunni út í og að lokum bætið við rifnum tómötum.

Steikið vel þar til tómaturinn missir allt vatnið, hækkið hitann og bætið sveppunum út í. Látið malla í 2 mín og dreypið síðan koníinu yfir. Látið allt áfengið gufa upp og kynnið kjúklinginn aftur.

Setjið seyði yfir og bætið ilmandi kryddjurtunum út í. Kryddið með salti og eldið í 5 mínútur í viðbót við vægan hita.

BRAGÐ

Látið standa undir loki í 5 mín svo bragðið blandist betur.

Kjúklingadrommur MEÐ VISKI

Hráefni

12 kjúklingalæri

200 ml af rjóma

150ml viskí

100ml kjúklingasoð

3 eggjarauður

1 vorlaukur

Hveiti

Ólífuolía

Salt og pipar

ÚTRÝNING

Kryddið, hveiti og brúnið kjúklingalærin. Dragðu til baka og pantaðu.

Steikið fínt sneiddan vorlauk í sömu olíu í 5 mín. Bætið viskíinu út í og flamberið (útsogshettan verður að vera slökkt). Hellið rjómanum og soðinu út í. Bætið kjúklingnum aftur út í og eldið í 20 mín við vægan hita.

Takið af hitanum, bætið eggjarauðunum út í og hrærið varlega svo sósan þykkni aðeins. Kryddið með salti og pipar ef þarf.

BRAGÐ

Viskí má skipta út fyrir áfenga drykkinn sem okkur líkar best við.

RISTIN ÖND

Hráefni

1 hrein önd

1 lítri af kjúklingasoði

4 dl af sojasósu

3 matskeiðar af hunangi

2 hvítlauksrif

1 lítill laukur

1 cayenne

ferskt engifer

Ólífuolía

Salt og pipar

ÚTRÝNING

Blandið saman í skál kjúklingasoðinu, sojabaunum, rifnum hvítlauk, smátt skornum cayenne pipar og lauk, hunangi, bita af rifnum engifer og pipar. Marinerið öndina í þessari blöndu í 1 klst.

Takið úr blöndunni og setjið á bökunarplötu með helmingnum af vökvanum úr blöndunni. Grillið við 200°C í 10 mín á hvorri hlið. Stöðugt blautt með bursta.

Lækkið ofninn í 180 ºC og eldið í 18 mínútur í viðbót á hvorri hlið (haltu áfram að mála á 5 mínútna fresti með pensli).

Fjarlægðu og geymdu öndina og minnkaðu sósuna um helming í potti við meðalhita.

BRAGÐ

Bakið fuglana með bringurnar niðri í byrjun, þá verða þær minna þurrar og safaríkari.

VILLAROY Kjúklingabringur

Hráefni

1 kg af kjúklingabringum

2 gulrætur

2 sellerístangir

1 laukur

1 blaðlaukur

1 rófa

Hveiti, egg og brauðrasp (til að hjúpa)

fyrir besamelið

1 lítra af mjólk

100 g smjör

100 g hveiti

malaður múskat

Salt og pipar

ÚTRÝNING

Eldið allt hreina grænmetið í 2 l af vatni (frá köldu) í 45 mín.

Á meðan skaltu búa til bechamelsósu með því að steikja hveitið í smjörinu við meðalhita í 5 mín. Bætið síðan mjólkinni út í og hrærið. Kryddið og bætið múskatinu út í. Eldið 10 mín við lágan hita án þess að hætta að slá.

Sigtið soðið og eldið bringurnar (heilar eða flökaðar) í því í 15 mín. Fjarlægðu þau og láttu þau kólna. Sósaðu bringurnar vel með bechamelsósunni og geymdu í kæli. Þegar það hefur kólnað, hjúpið hveiti yfir, síðan eggi og að lokum brauðrasp. Steikið í mikilli olíu og berið fram heitt.

BRAGÐ

Þú getur notfært þér soðið og mulið grænmetið til að búa til stórkostlegt rjóma.

KJÚKLINGABRINGUR MEÐ SINNEP OG SÍTRÓNUSÓSU

Hráefni

4 kjúklingabringur

250 ml af rjóma

3 matskeiðar brandy

3 matskeiðar sinnep

1 matskeið af hveiti

2 hvítlauksrif

1 sítrónu

½ vorlaukur

Ólífuolía

Salt og pipar

ÚTRÝNING

Kryddið og brúnið bringurnar skornar í venjulega bita með smá olíu. Áskilið.

Steikið graslaukinn og fínt saxaðan hvítlauk í sömu olíu. Bætið hveitinu út í og eldið í 1 mín. Bætið brennivíninu út í þar til það gufar upp og hellið rjómanum út í, 3 msk af sítrónusafa og berki hans, sinnepi og salti. Sjóðið sósuna í 5 mínútur.

Bætið kjúklingnum aftur út í og eldið við lágan hita í 5 mínútur í viðbót.

BRAGÐ

Rífið sítrónuna fyrst áður en safinn er dreginn út. Til að spara peninga er líka hægt að gera það með söxuðum kjúklingi í staðinn fyrir bringur.

RITIÐ GAUNETTE MEÐ PLÓMUM OG SVEPPUM

Hráefni

1 perla

250 g sveppir

200 ml port

¼ lítri af kjúklingasoði

15 holóttar plómur

1 hvítlauksgeiri

1 tsk hveiti

Ólífuolía

Salt og pipar

ÚTRÝNING

Saltið og piprið og ristið perluhænsna ásamt plómunum í 40 mín við 175 ºC. Þegar baksturinn er hálfnaður skaltu snúa því við. Þegar tíminn er liðinn skaltu fjarlægja og geyma safann.

Steikið 2 matskeiðar af olíu og hveiti í potti í 1 mínútu. Þvoðu með víninu og láttu það minnka um helming. Vætið með safanum af steikinni og með soðinu. Eldið í 5 mín án þess að hætta að hræra.

Steikið sveppina í sitthvoru lagi með smá söxuðum hvítlauk, bætið þeim út í sósuna og látið suðuna koma upp. Berið perluhænsna fram með sósunni.

BRAGÐ

Fyrir sérstök tilefni er hægt að fylla perluhænsna með eplum, foie, hakki, hnetum.

 AVES

VILLAROY Kjúklingabringur fylltar með karamelliseruðum PIQUILLOS MEÐ EDIKI AF MODENA

Hráefni

4 kjúklingabringur

100 g smjör

100 g hveiti

1 lítra af mjólk

1 dós af piquillo papriku

1 glas af Modena ediki

½ glas af sykri

Múskat

Egg og brauðrasp (til að hjúpa)

Ólífuolía

Salt og pipar

ÚTRÝNING

Steikið smjörið og hveiti í 10 mín við vægan hita. Hellið síðan mjólkinni út í og eldið í 20 mínútur, hrærið stöðugt í. Kryddið og bætið múskati út í. Látið kólna.

Á meðan karamellaðu paprikuna með ediki og sykri þar til edikið byrjar (rétt byrjar) að þykkna.

Kryddið flökin með salti og pipar og fyllið með piquillo piparnum. Rúllaðu bringunum í gegnsærri filmu eins og þær væru mjög þéttar sælgæti, lokaðu og eldaðu í 15 mínútur í vatni.

Þegar búið er að elda, sósa á allar hliðar með bechamel og dýfa þeim í þeytt egg og brauðrasp. Steikið í miklu olíu.

BRAGÐ

Ef nokkrum matskeiðum af karrý er bætt út í á meðan hveitið er steikt fyrir bechamelið er útkoman öðruvísi og mjög rík.

Kjúklingabringur fylltar með beikoni, sveppum og osti

Hráefni

4 kjúklingabringur

100 g sveppir

4 sneiðar af reyktu beikoni

2 matskeiðar sinnep

6 matskeiðar af rjóma

1 laukur

1 hvítlauksgeiri

sneiddur ostur

Ólífuolía

Salt og pipar

ÚTRÝNING

Kryddið kjúklingaflökin. Hreinsið og skerið sveppina í fernt.

Brúnið beikonið og steikið saxaða sveppi með hvítlauknum við háan hita.

Fylltu flökin með beikoni, osti og sveppum og lokaðu þeim fullkomlega með gegnsærri filmu eins og þau væru sælgæti. Eldið í 10 mín í sjóðandi vatni. Fjarlægðu filmuna og flakið.

Aftur á móti steikið laukinn skorinn í litla bita, bætið rjómanum og sinnepi út í, eldið í 2 mínútur og blandið saman. Steikið yfir kjúklingnum

BRAGÐ

Gagnsæ filman styður við háan hita og bætir engu bragði við matinn.

SÆTUR VÍN KJÚKLINGUR MEÐ PLÓMUM

Hráefni

1 stór kjúklingur

100 g holhreinsaðar plómur

½ l af kjúklingasoði

½ flaska af sætvíni

1 vorlaukur

2 gulrætur

1 hvítlauksgeiri

1 matskeið af hveiti

Ólífuolía

Salt og pipar

ÚTRÝNING

Kryddið og brúnið kjúklinginn skorinn í bita í mjög heitum potti með olíu. Taktu út og pantaðu.

Steikið fínt saxaðan vorlauk, hvítlauk og gulrætur í sömu olíu. Þegar grænmetið er vel soðið er hveitinu bætt út í og soðið í eina mínútu í viðbót.

Baðið með sæta víninu og hækkið hitann þar til hann er næstum alveg minnkaður. Bætið soðinu út í og bætið kjúklingnum og plómunum út í aftur.

Eldið í um 15 mínútur eða þar til kjúklingurinn er mjúkur. Fjarlægðu kjúklinginn og blandaðu sósunni saman. Settu það að salti.

BRAGÐ

Ef þú bætir smá köldu smjöri út í mulda sósuna og þeytir hana með þeytara færðu meiri þykkt og glans.

APPELSÍNAR Kjúklingabringur MEÐ CASHEW HNETUM

Hráefni

4 kjúklingabringur

75 g kasjúhnetur

2 glös af náttúrulegum appelsínusafa

4 matskeiðar af hunangi

2 matskeiðar af Cointreau

Hveiti

Ólífuolía

Salt og pipar

ÚTRÝNING

Kryddið og hveiti bringurnar. Brúnið þær í mikilli olíu, fjarlægið og geymið.

Eldið appelsínusafann með Cointreau og hunangi í 5 mínútur. Bætið bringunum út í sósuna og sjóðið við vægan hita í 8 mín.

Berið fram með sósunni og kasjúhnetum ofan á.

BRAGÐ

Önnur leið til að gera góða appelsínusósu er að byrja á karamellum sem eru ekki mjög dökkar sem náttúrulegum appelsínusafa er bætt út í.

SÍSUR HARFUR

Hráefni

4 rjúpur

300g af laukum

200 g gulrætur

2 glös af hvítvíni

1 hvítlaukshaus

1 lárviðarlauf

1 glas af ediki

1 glas af olíu

Salt og 10 piparkorn

ÚTRÝNING

Kryddið og brúnið rjúpurnar við háan hita. Dragðu til baka og pantaðu.

Steikið gulræturnar og laukinn í sömu olíu. Þegar grænmetið er orðið mjúkt skaltu bæta við víni, ediki, piparkornum, salti, hvítlauk og lárviðarlaufi. Steikið í 10 mín.

Setjið rjúpuna aftur í og eldið við vægan hita í 10 mínútur í viðbót.

BRAGÐ

Til að súrsuðu kjöt eða fiskur fái meira bragð er betra að það hvíli í að minnsta kosti 24 klukkustundir.

CACCIATOR Kjúklingur

Hráefni

1 saxaður kjúklingur

50 g sveppir í sneiðum

½ l af kjúklingasoði

1 glas af hvítvíni

4 rifnir tómatar

2 gulrætur

2 hvítlauksrif

1 blaðlaukur

½ laukur

1 vönd af arómatískum kryddjurtum (tímjan, rósmarín, lárviðarlauf...)

Ólífuolía

Salt og pipar

ÚTRÝNING

Kryddið og brúnið kjúklinginn í mjög heitum potti með ögn af olíu. Taktu út og pantaðu.

Steikið gulrætur, hvítlauk, blaðlauk og lauk skorinn í litla bita í sömu olíu. Bætið svo rifnum tómötum út í. Steikið þar til tómaturinn missir vatnið. Setjið kjúklinginn aftur.

Steikið sveppina í sitthvoru lagi og bætið þeim líka út í soðið. Þvoðu með vínglasinu og láttu það minnka.

Vætið með soðinu og bætið ilmjurtunum út í. Eldið þar til kjúklingurinn er mjúkur. Lagfæra salt.

BRAGÐ

Þessi réttur er líka hægt að gera með kalkún og jafnvel kanínu.

Kjúklingavængir í COCA COLA STÍL

Hráefni

1 kg af kjúklingavængjum

½ lítri af Coca-Cola

4 matskeiðar púðursykur

2 matskeiðar af sojasósu

1 stig matskeið af oregano

½ sítróna

Salt og pipar

ÚTRÝNING

Hellið Coca-Cola, sykri, soja, oregano og safa úr ½ sítrónu í pott og eldið í 2 mín.

Skerið vængina í tvennt og kryddið þá. Bakið þær við 160 ºC þar til þær hafa fengið smá lit. Bætið þá helmingnum af sósunni út í og snúið vængjunum við. Snúið þeim við á 20 mín fresti.

Þegar sósan er næstum minnkað er hinum helmingnum bætt út í og steikt áfram þar til sósan er orðin þykk.

BRAGÐ

Að bæta við vanillukvisti á meðan sósan er búin til eykur bragðið og gefur henni áberandi blæ.

Hvítlaukskjúklingur

Hráefni

1 saxaður kjúklingur

8 hvítlauksrif

1 glas af hvítvíni

1 matskeið af hveiti

1 cayenne

Edik

Ólífuolía

Salt og pipar

ÚTRÝNING

Kryddið kjúklinginn og brúnið hann vel. Geymdu og láttu olíuna tempra.

Saxið hvítlauksrifið í teninga og confitið (eldið í olíu, ekki steikið) hvítlaukinn og cayennepiparinn án þess að láta það litast.

Baðið með víninu og látið draga úr því þar til það hefur ákveðna þykkt, en er ekki þurrt.

Bætið svo kjúklingnum út í og smátt og smátt teskeið af hveiti ofan á. Hrærið (athugið hvort hvítlaukurinn festist við kjúklinginn; ef ekki, bætið þá við smá hveiti þar til hann festist aðeins).

Lokið og hrærið af og til. Eldið í 20 mín við vægan hita. Endið með skvettu af ediki og eldið í 1 mínútu í viðbót.

BRAGÐ

Kjúklingurinn hrærður er ómissandi. Hann þarf að vera yfir mjög háum hita svo hann haldist gullinn að utan og safaríkur að innan.

KJÚKLINGUR AL CHILINDRON

Hráefni

1 lítill hakkaður kjúklingur

350 g af söxuðu Serrano skinku

1 dós af 800 g af muldum tómötum

1 stór rauð paprika

1 stór græn paprika

1 stór laukur

2 hvítlauksrif

Tímían

1 glas af hvítvíni eða rauðvíni

Sykur

Ólífuolía

Salt og pipar

ÚTRÝNING

Kryddið kjúklinginn og steikið við háan hita. Taktu út og pantaðu.

Í sömu olíu, steikið papriku, hvítlauk og lauk skorinn í meðalstóra bita. Þegar grænmetið er orðið vel brúnt er skinkunni bætt út í og steikt í 10 mínútur í viðbót.

Setjið kjúklinginn aftur út í og baðið með víninu. Látið draga úr þessu við háan hita í 5 mínútur og bætið tómötum og timjan út í. Lækkið hitann og eldið í 30 mín í viðbót. Leiðrétta salt og sykur.

BRAGÐ

Þessa sömu uppskrift er hægt að gera með kjötbollum. Það verður ekkert eftir á disknum!

SÍSURÐUR KVÆLLUR OG RAUÐIR ÁVENDINGAR

Hráefni

4 kvikur

150 g af rauðum ávöxtum

1 glas af ediki

2 glös af hvítvíni

1 gulrót

1 blaðlaukur

1 hvítlauksgeiri

1 lárviðarlauf

Hveiti

1 glas af olíu

Salt og pipar

ÚTRÝNING

Hveiti, kryddið og brúnið vaktina í potti. Taktu út og pantaðu.

Steikið gulrótina og blaðlaukinn skorinn í stangir í sömu olíu og sneiðan hvítlaukinn. Þegar grænmetið er orðið mjúkt skaltu bæta við olíu, ediki og víni.

Bætið við lárviðarlaufinu og piparnum. Kryddið með salti og eldið í 10 mín ásamt rauðu ávöxtunum.

Bætið quails og steikið í 10 mínútur í viðbót þar til þeir eru mjúkir. Látið standa þakið af hitanum.

BRAGÐ

Þessi marinering ásamt kvikulskjötinu er dásamleg dressing og meðlæti með góðu salati.

Sítrónukjúklingur

Hráefni

1 kjúklingur

30 g af sykri

25 g smjör

1 lítri af kjúklingasoði

1dl af hvítvíni

Safi úr 3 sítrónum

1 laukur

1 blaðlaukur

Ólífuolía

Salt og pipar

ÚTRÝNING

Saxið og kryddið kjúklinginn. Brúnið við háan hita og fjarlægið.

Afhýðið laukinn og hreinsið blaðlaukinn og skerið í julienne strimla. Steikið grænmetið í sömu olíu og kjúklingurinn hefur verið búinn til. Þvoið með víninu og látið draga úr því.

Bætið safanum af sítrónunum, sykrinum og soðinu saman við. Eldið í 5 mín og setjið kjúklinginn aftur út í. Eldið við vægan hita í 30 mín í viðbót. Lagaðu salt og pipar.

BRAGÐ

Svo að sósan verði fínni og án grænmetisbita er betra að mylja hana.

SAN JACOBO KJÚKLINGUR MEÐ SERRANO SKINKU, TORTA DEL CASAR OG ARUCULA

Hráefni

8 þunn kjúklingaflök

150 g af brúðartertu

100 g eldflaugar

4 sneiðar af serranoskinku

Hveiti, egg og korn (til húðunar)

Ólífuolía

Salt og pipar

ÚTRÝNING

Kryddið kjúklingaflökin og dreifið þeim með ostinum. Setjið rucola og serrano skinku á eina þeirra og setjið aðra ofan á til að loka henni. Gerðu það sama með restina.

Settu þau í gegnum hveiti, þeytt egg og mulið korn. Steikið í miklu heitri olíu í 3 mín.

BRAGÐ

Það er hægt að húða það með muldu poppkorni, með kikó og jafnvel með litlum ormum. Útkoman er mjög fyndin.

BAKAÐ KJÚKLINGAKARRY

Hráefni

4 kjúklingastubbar (á mann)

1 lítri af rjóma

1 graslaukur eða laukur

2 matskeiðar af karrý

4 náttúruleg jógúrt

Salt

ÚTRÝNING

Skerið laukinn í litla bita og blandið honum saman við jógúrt, rjóma og karrý í skál. Kryddið með salti.

Skerið nokkra hluta í kjúklinginn og marinerið hann í jógúrtsósunni í 24 klukkustundir.

Steikið við 180 ºC í 90 mín, takið kjúklinginn út og berið fram með þeyttri sósunni.

BRAGÐ

Ef það er afgangur af sósu má nota hana til að búa til dýrindis kjötbollur.

KJÚKLINGUR Í RAUÐVÍN

Hráefni

1 saxaður kjúklingur

½ lítri af rauðvíni

1 grein af rósmarín

1 timjankvistur

2 hvítlauksrif

2 blaðlaukur

1 rauð paprika

1 gulrót

1 laukur

Kjúklingasúpa

Hveiti

Ólífuolía

Salt og pipar

ÚTRÝNING

Kryddið og brúnið kjúklinginn í mjög heitri potti. Taktu út og pantaðu.

Skerið grænmetið í litla bita og steikið í sömu olíu og kjúklingurinn var steiktur.

Baðið með víninu, bætið arómatískum kryddjurtum út í og eldið í um það bil 10 mínútur við háan hita þar til minnkað. Setjið kjúklinginn aftur inn í og blautið með soði þar til hann er þakinn. Eldið í 20 mínútur í viðbót eða þar til kjötið er meyrt.

BRAGÐ

Ef þú vilt fínni sósu án bita skaltu blanda og sía sósuna.

RISTAÐUR KJÚKLINGUR MEÐ SVÖRTUM BJÓR

Hráefni

4 kjúklingastubbar

750ml þykkt

1 matskeið kúmen

1 timjankvistur

1 grein af rósmarín

2 laukar

3 hvítlauksrif

1 gulrót

Salt og pipar

ÚTRÝNING

Skerið laukinn, gulræturnar og hvítlaukinn í julienne strimla. Setjið timjan og rósmarín á botninn á ofnplötu og setjið laukinn, gulræturnar og hvítlaukinn ofan á; og svo kjúklingabitarnir sem snýr með skinninu niður og kryddaðir með kúmeni. Steikið við 175 ºC í um það bil 45 mín.

Vætið með bjórnum eftir 30 mín, snúið bakinu við og bakið í 45 mín í viðbót. Þegar kjúklingurinn er steiktur, takið þá af plötunni og blandið sósunni saman.

BRAGÐ

Ef 2 sneiðum eplum er bætt við miðja steikina og maukað saman við afganginn af sósunni er bragðið enn betra.

SÚKKULAÐI RÁÐUR

Hráefni

4 rjúpur

½ l af kjúklingasoði

½ glas af rauðvíni

1 grein af rósmarín

1 timjankvistur

1 vorlaukur

1 gulrót

1 hvítlauksgeiri

1 rifinn tómatur

Súkkulaði

Ólífuolía

Salt og pipar

ÚTRÝNING

Kryddið og brúnið rjúpurnar. Áskilið.

Steikið fínt skorna gulrót, hvítlauk og vorlauk í sömu olíu við meðalhita. Hækkið hitann og bætið tómötunum út í. Eldið þar til þú missir vatnið. Þvoðu með víninu og láttu það minnka nánast alveg.

Bætið soðinu út í og bætið við kryddjurtunum. Eldið við vægan hita þar til rjúpurnar eru mjúkar. Lagfæra salt. Takið af hitanum og bætið súkkulaði út í eftir smekk. Fjarlægja.

BRAGÐ

Til að gefa réttinum kryddaðan blæ má bæta við cayenne pipar og ef þú vilt hafa hann stökkan skaltu bæta við ristuðum heslihnetum eða möndlum.

RISTAÐIR KALKÚNAFJÓRVARÐAR MEÐ RAUÐRI ÁVAXTASÓSU

Hráefni

4 kalkúnasubbar

250 g af rauðum ávöxtum

½ l af cava

1 timjankvistur

1 grein af rósmarín

3 hvítlauksrif

2 blaðlaukur

1 gulrót

Ólífuolía

Salt og pipar

ÚTRÝNING

Hreinsið og skerið blaðlauk, gulrætur og hvítlauk niður. Setjið þetta grænmeti á bökunarplötu ásamt timjan, rósmarín og rauðum ávöxtum.

Setjið kalkúnafjórðungana ofan á, kryddað með ögn af olíu og með skinnhliðinni niður. Steikið við 175°C í 1 klst.

Baðaðu með cava eftir 30 mín. Snúið kjötinu við og grillið í 45 mín í viðbót. Þegar tíminn er liðinn, fjarlægðu úr bakkanum. Malið, sigtið og leiðréttið saltið af sósunni.

BRAGÐ

Kalkúninn verður búinn þegar lærið og lærið losna auðveldlega af.

RISTAÐUR KJÚKLINGUR MEÐ FERSKUSÓSU

Hráefni

4 kjúklingastubbar

½ lítri af hvítvíni

1 timjankvistur

1 grein af rósmarín

3 hvítlauksrif

2 ferskjur

2 laukar

1 gulrót

Ólífuolía

Salt og pipar

ÚTRÝNING

Skerið laukinn, gulræturnar og hvítlaukinn í julienne strimla. Afhýðið ferskjurnar, skerið þær í tvennt og takið steininn úr.

Setjið timjan og rósmarín saman við gulrótina, laukinn og hvítlaukinn í botninn á bökunarplötu. Setjið pipraða rassinn ofan á með ögn af olíu, með skinnhliðinni niður og steikið við 175°C í um það bil 45 mín.

Eftir 30 mín, baðið ykkur með hvítvíninu, snúið þeim við og steikið í 45 mín í viðbót. Þegar kjúklingurinn er steiktur, takið þá af plötunni og blandið sósunni saman.

BRAGÐ

Bæta má eplum eða perum við steikina. Sósan verður frábær á bragðið.

KJÚKLINGAFLAK FULLT MEÐ SPINATI OG MOZZARELLU

Hráefni

8 þunn kjúklingaflök

200 g af fersku spínati

150 g af mozzarella

8 basilíkublöð

1 tsk malað kúmen

Hveiti, egg og brauðrasp (til að hjúpa)

Ólífuolía

Salt og pipar

ÚTRÝNING

Kryddið bringurnar á báðum hliðum. Setjið spínatið ofan á, ostinn brotinn í bita og söxuð basilíka og hyljið með öðru flaki. Setjið í gegnum hveiti, þeytt egg og blöndu af brauðrasp og kúmeni.

Steikið í nokkrar mínútur á hvorri hlið og fjarlægið umframolíu á gleypið pappír.

BRAGÐ

Fullkomið meðlæti er góð tómatsósa. Þennan rétt er hægt að gera með kalkún og jafnvel með ferskri lund.

RISTAÐUR KÚLINGUR Í CAVA

Hráefni

4 kjúklingastubbar

1 flaska af kampavíni

1 timjankvistur

1 grein af rósmarín

3 hvítlauksrif

2 laukar

Ólífuolía

Salt og pipar

ÚTRÝNING

Skerið laukinn og hvítlaukinn í Juliana. Setjið timjan og rósmarín á botninn á ofnplötu og setjið laukinn og hvítlaukinn ofan á og svo pipraða laukinn með roðhliðinni niður. Steikið við 175 ºC í um það bil 45 mín.

Baðaðu með cava eftir 30 mínútur, snúðu bakinu við og bakaðu í 45 mínútur í viðbót. Þegar kjúklingurinn er steiktur, takið þá af plötunni og blandið sósunni saman.

BRAGÐ

Önnur breyta í sömu uppskrift er að gera það með lambrusco eða sætu víni.

KJÚKLINGAPJÓNAR MEÐ HÆNTUSÓSU

Hráefni

600 g kjúklingabringur

150 g jarðhnetur

500 ml af kjúklingasoði

200 ml af rjóma

3 matskeiðar af sojasósu

3 matskeiðar af hunangi

1 matskeið karrý

1 cayenne mjög saxað

1 matskeið lime safi

Ólífuolía

Salt og pipar

ÚTRÝNING

Myljið hneturnar mjög vel þar til þær verða að mauki. Blandið þeim saman í skál ásamt limesafa, soði, soja, hunangi, karrý, salti og pipar. Skerið bringurnar í bita og marinerið þær í þessari blöndu yfir nótt.

Takið kjúklinginn út og setjið hann á teini. Eldið fyrri blönduna ásamt rjómanum við vægan hita í 10 mín.

Brúnið teinarnir á pönnu við meðalhita og berið þá fram með sósunni ofan á.

BRAGÐ

Hægt er að gera þær með kjúklingastubbum. En í stað þess að brúna þær á pönnu, steikið þær í ofni með sósunni ofan á.

KJÚKLINGUR Í PEPITORIA

Hráefni

1½ kg kjúklingur

250 g laukur

50 g ristaðar möndlur

25 g steikt brauð

½ l af kjúklingasoði

¼ l af fínu víni

2 hvítlauksrif

2 lárviðarlauf

2 harðsoðin egg

1 matskeið af hveiti

14 þræðir af saffran

150 g af ólífuolíu

Salt og pipar

ÚTRÝNING

Saxið og kryddið kjúklinginn skorinn í bita. Gull og varasjóður.

Skerið laukinn og hvítlaukinn í litla bita og steikið í sömu olíu og kjúklingurinn var búinn til. Bætið hveitinu út í og sjóðið við vægan hita í 5 mín. Þvoið með víninu og látið draga úr því.

Bætið soðinu út í að salta og eldið í 15 mínútur í viðbót. Bætið síðan kjúklingnum sem geymdur er saman við ásamt lárviðarlaufunum og eldið þar til kjúklingurinn er mjúkur.

Ristið saffran í sitthvoru lagi og bætið því út í mortélinn ásamt steiktu brauði, möndlunum og eggjarauðunum. Pundið þar til þú færð mauk og bætið við kjúklingasoðið. Eldið 5 mín í viðbót.

BRAGÐ

Það er ekkert betra meðlæti fyrir þessa uppskrift en gott hrísgrjónapílaf. Það má bera með söxuðu eggjahvítunum og smá fínsaxaðri steinselju ofan á.

APPELSINS KJÚKLINGUR

Hráefni

1 kjúklingur

25 g smjör

1 lítri af kjúklingasoði

1 dl af rósavíni

2 matskeiðar af hunangi

1 timjankvistur

2 gulrætur

2 appelsínur

2 blaðlaukur

Ólífuolía

Salt og pipar

ÚTRÝNING

Kryddið og brúnið saxaðan kjúkling við háan hita í ólífuolíu. Dragðu til baka og pantaðu.

Afhýðið og hreinsið gulræturnar og blaðlaukinn og skerið í julienne strimla. Steikið í sömu olíu þar sem kjúklingurinn hefur verið brúnaður. Þvoðu með víninu og eldaðu við háan hita þar til það minnkar.

Bætið appelsínusafanum, hunanginu og seyði út í. Eldið í 5 mín og bætið kjúklingabitunum út í aftur. Steikið við vægan hita í 30 mín. Bætið köldu smjörinu út í og kryddið með salti og pipar.

BRAGÐ

Þú getur sleppt góðum hnetum og bætt við soðið í lok eldunar.

PÖTTUR KJÚKLINGUR MEÐ BOLETUS

Hráefni

1 kjúklingur

200 g af serranoskinku

200 g af boletus

50 g smjör

600 ml af kjúklingasoði

1 glas af hvítvíni

1 timjankvistur

1 hvítlauksgeiri

1 gulrót

1 laukur

1 tómatur

Ólífuolía

Salt og pipar

ÚTRÝNING

Saxið, kryddið og brúnið kjúklinginn í smjöri og ögn af olíu. Dragðu til baka og pantaðu.

Í sömu fitu, steikið laukinn, gulrótina og hvítlaukinn skorinn í litla bita ásamt sneiðum skinkunni. Hækkið hitann og bætið söxuðu söxnu út í. Eldið í 2 mín, bætið rifnum tómötum út í og eldið þar til hann missir allt vatnið.

Bætið kjúklingabitunum aftur út í og baðið með víninu. Dragðu saman þar til sósan er næstum þurr. Vætið með soðinu og bætið timjaninu út í. Látið malla í 25 mínútur eða þar til kjúklingurinn er mjúkur. Lagfæra salt.

BRAGÐ

Notaðu árstíðabundna sveppi eða þurrkaða.

SVEITUR KJÚKLINGUR MEÐ HNETUM OG SOJA

Hráefni

3 kjúklingabringur

70 g af rúsínum

30 g möndlur

30 g kasjúhnetur

30 g af valhnetum

30 g heslihnetur

1 glas af kjúklingasoði

3 matskeiðar af sojasósu

2 hvítlauksrif

1 cayenne

1 sítrónu

Engifer

Ólífuolía

Salt og pipar

ÚTRÝNING

Saxið bringurnar, kryddið þær og brúnið þær á pönnu við háan hita. Dragðu til baka og pantaðu.

Í þeirri olíu, steikið hneturnar ásamt rifnum hvítlauk, engiferbita líka rifnum, cayenne piparnum og sítrónuberknum.

Bætið við rúsínunum, fráteknu bringunum og sojabaunum. Lækkið í 1 mín og baðið með soðinu. Eldið í 6 mínútur í viðbót við meðalhita og kryddið með salti ef þarf.

BRAGÐ

Það mun nánast ekki vera nauðsynlegt að nota salt þar sem það fæst nánast eingöngu af sojabaunum.

SÚKKULAÐI KJÚKLINGUR MEÐ RISTAÐRI ALMEDRAS

Hráefni

1 kjúklingur

60 g rifið dökkt súkkulaði

1 glas af rauðvíni

1 timjankvistur

1 grein af rósmarín

1 lárviðarlauf

2 gulrætur

2 hvítlauksrif

1 laukur

Kjúklingasoð (eða vatn)

Ristar möndlur

Extra virgin ólífuolía

Salt og pipar

ÚTRÝNING

Saxið, kryddið og brúnið kjúklinginn í mjög heitum potti. Dragðu til baka og pantaðu.

Í sömu olíu, steikið laukinn, gulræturnar og hvítlauksrifið skorið í litla bita við lágan hita.

Bætið við lárviðarlaufinu og kvistunum af timjan og rósmarín. Hellið víni og seyði út í og eldið við vægan hita í 40 mín. Lagaðu saltið og fjarlægðu kjúklinginn.

Setjið sósuna í gegnum blandara og setjið hana aftur í pottinn. Bætið við kjúklingi og súkkulaði og hrærið þar til súkkulaðið leysist upp. Eldið í 5 mínútur í viðbót til að blanda bragðinu saman.

BRAGÐ

Endið með ristuðum möndlum ofan á. Ef þú bætir við cayenne eða chilli gefur það sterkan blæ.

Lambapeysur MEÐ PAPRIKA OG SINNEPPSVINAIGRETTE

Hráefni

350 g af lambakjöti

2 matskeiðar af ediki

1 jöfn matskeið af papriku

1 jöfn matskeið af sinnepi

1 jöfn matskeið af sykri

1 bakki af kirsuberjatómötum

1 græn paprika

1 rauð paprika

1 lítill vorlaukur

1 laukur

5 matskeiðar af ólífuolíu

Salt og pipar

ÚTRÝNING

Hreinsið og skerið grænmetið, nema vorlaukinn, í meðalstóra ferninga. Skerið lambið í teninga af sömu stærð. Setjið teinarnir saman, stingið kjötbita og grænmetisbita í. Tímabil. Brúnið þær á mjög heitri pönnu með smá olíu í 1 eða 2 mínútur á hvorri hlið.

Blandið sinnepinu, paprikunni, sykrinum, olíunni, ediki og graslauk skorið í litla bita í skál sérstaklega saman. Kryddið með salti og fleyti.

Berið fram nýgerðu teini með smá paprikusósu.

BRAGÐ

Einnig má bæta 1 matskeið af karríi og smá sítrónuberki út í vínaigrettuna.

FYLT KALVAKJÁLFINNI MEÐ PORTVÍN

Hráefni

1 kg af kálfaugga (opna í bók til að fylla)

350 g svínahakk

1 kg af gulrótum

1 kg af lauk

100 g af furuhnetum

1 lítil dós af piquillo papriku

1 dós af svörtum ólífum

1 pakki af beikoni

1 hvítlaukshaus

2 lárviðarlauf

púrtvín

Kjötsoð

Ólífuolía

Salt og pipar

ÚTRÝNING

Kryddið uggann á báðum hliðum. Fylltu með svínakjöti, furuhnetum, saxaðri papriku, ólífum skornum í fernt og beikon skorið í strimla. Rúllið upp og setjið í möskva eða bindið með beisli. Brúnið við mjög háan hita, fjarlægið og geymið.

Skerið gulrætur, lauk og hvítlauk í brunoise og brúnið í sömu olíu og kálfakjötið var steikt í. Settu uggann aftur á. Baðið með skvettu af púrtvíni og kjötsoði þar til allt er þakið. Bætið við 8 piparkornum og lárviðarlaufunum. Eldið þakið við lágan hita í 40 mín. Snúið á 10 mín fresti. Þegar kjötið er orðið mjúkt skaltu fjarlægja og blanda sósunni saman.

BRAGÐ

Púrtvínið er hægt að skipta út fyrir önnur vín eða kampavín.

KJÖTTKNÚLAR TIL MADRILÉÑA

Hráefni

1 kg af nautahakk

500 g svínahakk

500 g þroskaðir tómatar

150g af laukum

100 g sveppir

1 l af kjötsoði (eða vatni)

2 dl af hvítvíni

2 matskeiðar fersk steinselja

2 matskeiðar brauðrasp

1 matskeið af hveiti

3 hvítlauksrif

2 gulrætur

1 lárviðarlauf

1 egg

Sykur

Ólífuolía

Salt og pipar

ÚTRÝNING

Blandið kjötinu tveimur saman við saxaðri steinselju, 2 skornum hvítlauksgeirum, brauðmylsnunni, egginu, salti og pipar. Búið til kúlur og brúnið þær í potti. Taktu út og pantaðu.

Í sömu olíu, steikið laukinn með hinum hvítlauknum, bætið hveitinu út í og steikið. Bætið tómötunum út í og setjið 5 mín í viðbót. Baðaðu með víninu og eldaðu í 10 mínútur í viðbót. Bætið soðinu út í og haltu áfram að elda í 5 mín í viðbót. Myljið og leiðréttið salt og sykur. Eldið kjötbollurnar í sósunni í 10 mínútur ásamt lárviðarlaufinu.

Hreinsið, afhýðið og skerið í sundur gulrætur og sveppi. Steikið þær með smá olíu í 2 mín og bætið við kjötbollusoðið.

BRAGÐ

Til að gera kjötbollublönduna bragðmeiri skaltu bæta við 150 g af söxuðu fersku íberísku beikoni. Æskilegt er að pressa ekki of mikið þegar kúlurnar eru búnar til svo þær verði safaríkari.

NAUTAKINAR MEÐ SÚKKULAÐI

Hráefni

8 nautakinnar

½ lítri af rauðvíni

6 aura af súkkulaði

2 hvítlauksrif

2 tómatar

2 blaðlaukur

1 stöng af sellerí

1 gulrót

1 laukur

1 grein af rósmarín

1 timjankvistur

Hveiti

Kjötkraftur (eða vatn)

Ólífuolía

Salt og pipar

ÚTRÝNING

Kryddið og brúnið kinnarnar í mjög heitum potti. Taktu út og pantaðu.

Skerið grænmetið í brunoise og steikið það í sama potti og kinnarnar voru steiktar.

Þegar grænmetið er orðið mjúkt skaltu bæta við rifnum tómötum og elda þar til allt vatnið er glatað. Bætið víninu, arómatísku jurtunum út í og látið draga úr því í 5 mín. Bætið kinnum og kjötsoði saman við þar til þau eru þakin.

Eldið þar til kinnarnar eru orðnar mjög mjúkar, bætið súkkulaði út í eftir smekk, hrærið og kryddið með salti og pipar.

BRAGÐ

Sósuna má tæta eða skilja eftir með heilu grænmetisbitunum.

PIKA AF SVÍNA CONFIT MEÐ SÆTRI VÍNSÓSÓU

Hráefni

½ saxaður spjótsvín

1 glas af sætvíni

2 greinar af rósmarín

2 timjangreinar

4 hvítlauksrif

1 lítil gulrót

1 lítill laukur

1 tómatur

mild ólífuolía

gróft salt

ÚTRÝNING

Dreifið spjótsvíninu á bakka og salti á báðar hliðar. Bætið við pressuðum hvítlauknum og ilminu. Setjið olíu yfir og steikið við 100 ºC í 5 klst. Látið það síðan hitna og beinhreinsa, fjarlægið kjötið og húðina.

Setjið smjörpappír á bökunarplötu. Skiptið spjótsvínakjötinu í sundur og setjið skinnið af spjótsvíninu ofan á (það verður að vera að minnsta kosti 2 fingur hátt). Setjið annan bökunarpappír og geymið í kæli með smá þyngd ofan á.

Á meðan skaltu búa til dökkt seyði. Skerið beinin og grænmetið í meðalstóra bita. Ristið beinin við 185 ºC í 35 mínútur, bætið grænmetinu á hliðarnar og steikið í 25 mínútur í viðbót. Takið úr ofninum og baðið með víninu. Setjið allt í pott og setjið köldu vatni yfir. Eldið í 2 tíma á mjög lágum hita. Sigtið og hitið aftur þar til það hefur þykknað aðeins. Fituhreinsa.

Skerið kökuna í bita og brúnið á heitri pönnu á skinnhliðinni þar til hún er stökk. Bakið í 3 mín við 180ºC.

BRAGÐ

Þetta er erfiðari réttur en erfiður, en útkoman er stórkostleg. Eina bragðið til að það skemmist ekki í lokin er að bera sósuna fram á hliðina á kjötinu en ekki ofan á.

KANIN AÐ MARC

Hráefni

1 kanína saxuð

80 g möndlur

1 lítri af kjúklingasoði

400 ml af hráefni

200 ml af rjóma

1 grein af rósmarín

1 timjankvistur

2 laukar

2 hvítlauksrif

1 gulrót

10 saffranþræðir

Salt og pipar

ÚTRÝNING

Saxið, kryddið og brúnið kanínuna. Dragðu til baka og pantaðu.

Steikið gulrót, lauk og hvítlauk skorinn í litla bita í sömu olíu. Bætið saffraninu og möndlunum út í og eldið í 1 mín.

Hækkið hitann og baðið með afleggjaranum. flamberað Bætið kanínunni aftur út í og blautið með soðinu. Bætið timjan og rósmaríngreinum út í.

Eldið í um 30 mínútur þar til kanínan er mjúk og bætið rjómanum út í. Eldið í 5 mínútur í viðbót og kryddið með salti.

BRAGÐ

Að flambera er að brenna áfengi brennivíns. Þegar þú gerir það verður þú að gæta þess að slökkt sé á útsogshettunni.

KJÖTTBOLTA Í PEPITORIA HNETUSÓSU

Hráefni

750 g nautahakk

750 g svínahakk

250 g laukur

60 g heslihnetur

25 g steikt brauð

½ l af kjúklingasoði

¼ lítri af hvítvíni

10 saffranþræðir

2 matskeiðar fersk steinselja

2 matskeiðar brauðrasp

4 hvítlauksrif

2 harðsoðin egg

1 ferskt egg

2 lárviðarlauf

150 g af ólífuolíu

Salt og pipar

ÚTRÝNING

Blandið kjötinu, söxuðu steinseljunni, hvítlauknum, brauðmylsnunni, egginu, salti og pipar saman í skál. Hveiti og brúnt í potti við meðalháan hita. Dragðu til baka og pantaðu.

Í sömu olíu, steikið laukinn og hina 2 hvítlauksrifurnar skornar í litla teninga við lágan hita. Þvoið með víninu og látið draga úr því. Bætið soðinu út í og eldið í 15 mín. Bætið kjötbollunum út í sósuna ásamt lárviðarlaufunum og eldið í 15 mínútur í viðbót.

Ristið saffranið í sitthvoru lagi og myljið það í mortéli ásamt steiktu brauði, heslihnetum og eggjarauðunum þar til það er einsleitt deig. Bætið við soðið og eldið í 5 mín í viðbót.

BRAGÐ

Berið fram með söxuðu eggjahvítunum ofan á og smá steinselju.

KÁLFAKJÖLSKJÖLFUR MEÐ SVÖRTUM BJÓR

Hráefni

4 nautasteikur

125 g shiitake sveppir

1/3 lítri af svörtum bjór

1 dl af kjötsoði

1dl af rjóma

1 gulrót

1 vorlaukur

1 tómatur

1 timjankvistur

1 grein af rósmarín

Hveiti

Ólífuolía

Salt og pipar

ÚTRÝNING

Kryddið og hveiti flökin. Brúnið þær létt á pönnu með smá olíu. Taktu út og pantaðu.

Steikið hægelduðum vorlauk og gulrót í sömu olíu. Þegar þær eru soðnar er rifnum tómötum bætt út í og soðið þar til sósan er næstum þurr.

Baðið með bjórnum, látið áfengið gufa upp í 5 mín við meðalhita og bætið soðinu, kryddjurtunum og flökum saman við. Eldið 15 mín eða þar til það er mjúkt.

Steikið flökuðu sveppina sérstaklega við háan hita og bætið þeim út í soðið. Lagfæra salt.

BRAGÐ

Ekki má ofsoða flökin, annars verða þau mjög seig.

TRIPES A LA MADRILEÑA

Hráefni

1 kg af hreinni trippi

2 svínsveinar

25 g hveiti

1dl af ediki

2 matskeiðar paprika

2 lárviðarlauf

2 laukar (1 af þeim með oddum)

1 hvítlaukshaus

1 chilli

2 dl af ólífuolíu

20g af salti

ÚTRÝNING

Þrýstið trjánum og svínabrökkunum í potti með köldu vatni. Eldið í 5 mín þegar það er byrjað að sjóða.

Tæmdu og settu hreint vatn í staðinn. Bætið við lauknum, chilli, hvítlaukshausnum og lárviðarlaufunum saman við. Bætið við meira vatni ef þörf krefur svo að það sé vel þakið og eldið við vægan hita og lokið í 4 klst eða þar til brokkarnir og magarnir eru mjúkir.

Þegar þreifingin er tilbúin skaltu fjarlægja laukinn, lárviðarlaufið og chilli. Fjarlægðu líka brokkinn, úrbeittu þeim og skerðu í bita sem eru álíka stórir og þrífur. Settu það aftur í pottinn.

Steikið í sitthvoru lagi hinn laukinn skorinn í brunoise, bætið við paprikunni og 1 matskeið af hveiti. Þegar það hefur verið soðið, bætið við soðið. Eldið í 5 mín, kryddið með salti og þykkið ef þarf.

BRAGÐ

Þessi uppskrift verður bragðgóð ef hún er útbúin með einum eða tveimur degi fyrirfram. Þú getur líka bætt nokkrum soðnum kjúklingabaunum við og fengið þér disk af fyrsta flokks belgjurtum.

RISTAÐUR SVÍNALAÐUR MEÐ EPLUM OG MYNTU

Hráefni

800 g af ferskum svínahrygg

500 g af eplum

60 g af sykri

1 glas af hvítvíni

1 glas af brandy

10 myntublöð

1 lárviðarlauf

1 stór laukur

1 gulrót

Ólífuolía

Salt og pipar

ÚTRÝNING

Kryddið hrygginn með salti og pipar og brúnið við háan hita. Dragðu til baka og pantaðu.

Steikið hreinan og fínsaxaðan lauk og gulrót í þeirri olíu. Afhýðið og kjarnhreinsið eplin.

Færið allt á bökunarplötu, baðið með spritti og bætið lárviðarlaufinu út í. Bakið við 185°C í 90 mín.

Fjarlægðu eplin og grænmetið og blandaðu því saman við sykur og myntu. Fyllið hrygginn og sósuna með bökunarsafanum og fylgið eplakompottinum.

BRAGÐ

Bætið smá vatni á bakkann á meðan á bakstri stendur til að koma í veg fyrir að hryggurinn verði þurr.

KJÚKLINGKJÖLFUR MEÐ HINBERBERJASÓSU

Hráefni

Fyrir kjötbollurnar

1 kg af hökkuðu kjúklingakjöti

1dl af mjólk

2 matskeiðar brauðrasp

2 egg

1 hvítlauksgeiri

sherry vín

Hveiti

Hakkað steinselja

Ólífuolía

Salt og pipar

Fyrir hindberjasósuna

200 g hindberjasulta

½ l af kjúklingasoði

1 ½ dl af hvítvíni

½ dl af sojasósu

1 tómatur

2 gulrætur

1 hvítlauksgeiri

1 laukur

Salt

ÚTRÝNING

Fyrir kjötbollurnar

Blandið kjötinu saman við brauðmylsna, mjólk, egg, fínsaxaða hvítlauksrif, steinselju og skvettu af víni. Kryddið með salti og pipar og látið standa í 15 mín.

Mótið litlar kúlur með blöndunni og setjið þær í gegnum hveiti. Brúnið í olíu og reynir að skilja eitthvað eftir hrátt inni. Geymið olíuna.

Fyrir súrsætu hindberjasósuna

Afhýðið og saxið laukinn, hvítlaukinn og gulræturnar í litla teninga. Steikið í sömu olíu þar sem kjötbollurnar hafa verið brúnaðar. Kryddið með smá salti. Bætið söxuðum tómötum án húðar eða fræja út í og steikið þar til vatnið gufar upp.

Þvoið með víninu og eldið þar til það hefur minnkað um helming. Bætið sojasósunni og seyði út í og eldið í 20 mínútur í viðbót þar til sósan er orðin þykk. Bætið sultunni og kjötbollunum út í og eldið allt saman í 10 mín í viðbót.

BRAGÐ

Hindberjasultunni má skipta út fyrir aðra af hvaða rauðum ávöxtum sem er og jafnvel sultu.

Lambakjöt

Hráefni

1 lambalæri

1 stórt glas af rauðvíni

½ bolli mulinn tómatar (eða 2 rifnir tómatar)

1 matskeið sæt paprika

2 stórar kartöflur

1 græn paprika

1 rauð paprika

1 laukur

Kjötkraftur (eða vatn)

Ólífuolía

Salt og pipar

ÚTRÝNING

Saxið, kryddið og brúnið legginn í mjög heitum potti. Taktu út og pantaðu.

Í sömu olíu, steikið niðursneidda paprikuna og laukinn. Þegar grænmetið er vel steikt skaltu bæta við matskeiðinni af papriku og tómötunum. Haltu áfram að elda við háan hita þar til tómaturinn missir vatnið. Bætið svo lambinu út í aftur.

Þvoið með víninu og látið draga úr því. Setjið kjötsoðið yfir.

Bætið cachelada kartöflunum (ekki skornum) út í þegar lambið er orðið meyrt og eldið þar til kartöflurnar eru tilbúnar. Lagaðu salt og pipar.

BRAGÐ

Fyrir enn ljúffengari sósu skaltu steikja 4 piquillo paprikur og 1 hvítlauksrif sérstaklega. Blandið saman við smá soð úr soðinu og bætið út í soðið.

HARE CIVET

Hráefni

1 héri

250 g sveppir

250 g gulrætur

250 g laukur

100 g beikon

¼ lítri af rauðvíni

3 matskeiðar af tómatsósu

2 hvítlauksrif

2 timjangreinar

2 lárviðarlauf

Kjötkraftur (eða vatn)

Ólífuolía

Salt og pipar

ÚTRÝNING

Skerið hérann og marinerið hann í sólarhring í gulrótum, hvítlauk og lauk skornum í litla bita, víni, 1 timjankvist og 1 lárviðarlaufi. Þegar tíminn er liðinn, síið og geymið vínið annars vegar og grænmetið hins vegar.

Kryddið hérann með salti og pipar, brúnið hann við háan hita og fjarlægið. Steikið grænmetið við meðalhita í sömu olíu. Bætið tómatsósunni út í og steikið í 3 mín. Settu hérann aftur. Þvoið með víni og seyði þar til kjötið er þakið. Bætið hinum timjankvistinum og hinu lárviðarlaufinu saman við. Eldið þar til hérinn er mjúkur.

Á meðan skaltu steikja rifið beikon og sveppi í fjórða hluta og bæta við soðið. Myljið lifur hérans sérstaklega í mortéli og bætið henni líka út í. Eldið í 10 mín í viðbót og kryddið með salti og pipar.

BRAGÐ

Þennan rétt er hægt að gera með hvaða veiðidýri sem er og hann verður bragðbetri ef hann er gerður daginn áður.

KANIN MEÐ PIPERRADA

Hráefni

1 kanína

2 stórir tómatar

2 laukar

1 græn paprika

1 hvítlauksgeiri

Sykur

Ólífuolía

Salt og pipar

ÚTRÝNING

Saxið, kryddið og brúnið kanínuna í heitum potti. Dragðu til baka og pantaðu.

Skerið laukinn, paprikuna og hvítlaukinn í litla bita og steikið við vægan hita í 15 mínútur í sömu olíu og kanínan var gerð.

Bætið tómötunum skornum í brunoise út í og eldið við meðalhita þar til þeir missa allt vatnið. Leiðréttið salt og sykur ef þarf.

Bætið kanínunni út í, lækkið hitann og eldið í 15 eða 20 mínútur með lok á pottinum, hrærið af og til.

BRAGÐ

Kúrbít eða eggaldin má bæta við piperrada.

KJÚKLINGKJÖLFUR MEÐ OSTA MEÐ KARRÍSÓSU

Hráefni

500 g hakkað kjúklingur

150 g af osti skorinn í teninga

100 g brauðrasp

200 ml af rjóma

1 glas af kjúklingasoði

2 matskeiðar karrý

½ matskeið brauðrasp

30 rúsínur

1 græn paprika

1 gulrót

1 laukur

1 egg

1 sítrónu

Mjólk

Hveiti

Ólífuolía

Salt

ÚTRÝNING

Kryddið kjúklinginn og blandið saman við brauðmylsnuna, eggið, 1 matskeið af karrýi og brauðmylsnunni í bleyti í mjólk. Mótið kúlur, fyllið með teningi af osti og setjið í gegnum hveiti. Steikið og geymið.

Brúnið laukinn, piparinn og gulrótina skorna í litla bita í sömu olíu. Bætið sítrónuberkinum út í og eldið í nokkrar mínútur. Bætið við hinni matskeiðinni af karrý, rúsínum og kjúklingasoði. Bætið rjómanum út í þegar það byrjar að sjóða og eldið í 20 mín. Lagfæra salt.

BRAGÐ

Tilvalið meðlæti fyrir þessar kjötbollur eru sveppir skornir í fernt og steiktir með nokkrum hvítlauksrifum skornum í litla bita og skolaðir niður með góðri skvettu af Porto eða Pedro Ximénez víni.

SVÍNAKINAR Í RAUÐVÍN

Hráefni

12 svínakinnar

½ lítri af rauðvíni

2 hvítlauksrif

2 blaðlaukur

1 rauð paprika

1 gulrót

1 laukur

Hveiti

Kjötkraftur (eða vatn)

Ólífuolía

Salt og pipar

ÚTRÝNING

Kryddið og brúnið kinnarnar í mjög heitum potti. Taktu út og pantaðu.

Skerið grænmetið í bronoise og steikið það í sömu olíu og svínakjötið var steikt í. Þegar þær eru vel soðnar er víninu bætt út í og látið draga úr því í 5 mín. Bætið kinnum og kjötsoðinu saman við þar til þau eru þakin.

Eldið þar til kinnarnar eru orðnar mjög mjúkar og blandið sósunni saman ef þið viljið að engir grænmetisbitar verði eftir.

BRAGÐ

Svínakinnar taka mun styttri tíma að búa til en nautakjötskinnar. Annað bragð næst ef í lokin er eyri af súkkulaði bætt við sósuna.

SVÍNASILKI NAVARRE

Hráefni

2 saxaðir lambalærir

50 g smjörfeiti

1 tsk paprika

1 matskeið edik

2 hvítlauksrif

1 laukur

Ólífuolía

Salt og pipar

ÚTRÝNING

Skerið lambalærið í bita. Saltið og piprið og brúnið við háan hita í potti. Taktu út og pantaðu.

Steikið fínt saxaðan lauk og hvítlauk í sömu olíu í 8 mín við vægan hita. Bætið paprikunni út í og steikið í 5 sekúndur í viðbót. Bætið lambinu út í og hyljið með vatni.

Eldið þar til sósan minnkar og kjötið er meyrt. Vættið með ediki og látið suðuna koma upp.

BRAGÐ

Fyrsta brúnun er nauðsynleg þar sem hún kemur í veg fyrir að safinn rennur út. Að auki gefur það stökka snertingu og eykur bragðið.

KJÖTT NAUTAKJÖT MEÐ HÆNTUSÓSU

Hráefni

750 g af svartbúðingakjöti

250 g jarðhnetur

2 l af kjötsoði

1 glas af rjóma

½ glas af brandy

2 matskeiðar af tómatsósu

1 timjankvistur

1 grein af rósmarín

4 kartöflur

2 gulrætur

1 laukur

1 hvítlauksgeiri

Ólífuolía

Salt og pipar

ÚTRÝNING

Saxið, kryddið og brúnið búðinginn við háan hita. Taktu út og pantaðu.

Steikið laukinn, hvítlaukinn og gulræturnar skornar í litla teninga við vægan hita í sömu olíu. Hækkið hitann og bætið tómatsósunni út í. Látið það minnka þar til það tapar öllu vatni. Vatn með brennivíninu og látið áfengið gufa upp. Bætið kjötinu aftur út í.

Maukið hneturnar vel með soðinu og bætið því út í pottinn ásamt arómatískum kryddjurtum. Eldið við vægan hita þar til kjötið er næstum meyrt.

Bætið svo kartöflunum, skrældar og skornar í venjulega ferninga, og rjómanum út í. Eldið í 10 mín og kryddið með salti og pipar. Látið það hvíla í 15 mín áður en það er borið fram.

BRAGÐ

Með þessum kjötrétti má fylgja hrísgrjónapílaf (sjá kaflann Hrísgrjón og pasta).

STEIKT SVÍN

Hráefni

1 mjólkursvín

2 matskeiðar af smjörfeiti

Salt

ÚTRÝNING

Klæddu eyru og skott með álpappír svo þau brenni ekki.

Setjið 2 tréskeiðar á bökunarplötu og setjið spjótsvínið upp á við, forðast að það snerti botn ílátsins. Bætið 2 msk af vatni út í og bakið við 180°C í 2 klst.

Leysið saltið upp í 4 dl af vatni og málið spjótsvínið að innan á 10 mín fresti. Eftir klukkutíma skaltu snúa því við og mála áfram með vatni og salti þar til tíminn er búinn.

Bræðið smjörið og málið húðina. Hækkið ofninn í 200°C og steikið í 30 mínútur í viðbót eða þar til hýðið er gullið og stökkt.

BRAGÐ

Ekki sósa með safanum ofan á húðinni; það myndi gera það að verkum að það missti marrið. Berið sósuna fram í botn réttarins.

RISTUR KNÚKUR MEÐ KÁL

Hráefni

4 hnúar

½ hvítkál

3 hvítlauksrif

Ólífuolía

Salt og pipar

ÚTRÝNING

Hyljið hnúana með sjóðandi vatni og eldið í 2 klst eða þar til þeir eru alveg mjúkir.

Takið úr vatninu og bakið þær með olíuskreyti við 220°C þar til þær eru gullinbrúnar. Tímabil.

Skerið kálið í þunnar ræmur. Eldið í miklu sjóðandi vatni í 15 mín. Tæmdu.

Á meðan brúnið þið niðursneiddan hvítlauk í smá olíu, bætið kálinu út í og steikið. Kryddið með salti og pipar og berið fram ásamt ristuðu hnúunum.

BRAGÐ

Einnig er hægt að gera hnúana á mjög heitri pönnu. Brúnið þær vel á öllum hliðum.

KANINKASSI

Hráefni

1 kanína

300 g sveppir

2 glös af kjúklingasoði

1 glas af hvítvíni

1 grein af fersku timjan

1 lárviðarlauf

2 hvítlauksrif

1 laukur

1 tómatur

Ólífuolía

Salt og pipar

ÚTRÝNING

Saxið, kryddið og brúnið kanínuna við háan hita. Taktu út og pantaðu.

Steikið laukinn og hvítlaukinn skorinn í litla bita við vægan hita í sömu olíu í 5 mín. Hækkið hitann og bætið rifnum tómötum út í. Eldið þar til ekkert vatn er eftir.

Henda kanínunni aftur inn og baða sig með víninu. Látið draga úr því og sósan er næstum þurr. Bætið soðinu út í og sjóðið saman við ilmjurtirnar í 25 mínútur eða þar til kjötið er meyrt.

Á meðan skaltu steikja hreinsaða og sneiða sveppi á heitri pönnu í 2 mín. Kryddið með salti og bætið þeim út í soðið. Eldið í 2 mínútur í viðbót og kryddið með salti ef þarf.

BRAGÐ

Þessa sömu uppskrift er hægt að gera með kjúklingi eða kalkúnakjöti.

Nautakjöt A LA MADRILEÑA

Hráefni

4 nautasteikur

1 matskeið fersk steinselja

2 hvítlauksrif

Hveiti, egg og brauðrasp (til að hjúpa)

Ólífuolía

Salt og pipar

ÚTRÝNING

Saxið steinselju og hvítlauk smátt. Blandið þeim saman í skál og bætið brauðmylsnunni saman við. Fjarlægja.

Kryddið flökin með salti og pipar og rennið þeim í gegnum hveitið, þeyttu eggið og blönduna af brauðrasinu ásamt hvítlauk og steinselju.

Þrýstið með höndunum þannig að brauðið festist vel og steikið í miklu af mjög heitri olíu í 15 sekúndur.

BRAGÐ

Myljið flökin með hamri þannig að trefjar brotni í sundur og kjötið verði meyrara.

PÖTTKIN KANIN MEÐ SVEPPUM

Hráefni

1 kanína

250 g af árstíðabundnum sveppum

50 g smjörfeiti

200 g beikon

45 g möndlur

600 ml af kjúklingasoði

1 glas af sherryvíni

1 gulrót

1 tómatur

1 laukur

1 hvítlauksgeiri

1 timjankvistur

Salt og pipar

ÚTRÝNING

Saxið og kryddið kanínuna. Brúnið það við háan hita í smjörinu ásamt beikoninu skorið í stangir. Taktu út og pantaðu.

Í sömu fitu, steikið laukinn, gulrótina og hvítlaukinn skorinn í litla bita. Bætið söxuðum sveppunum út í og eldið í 2 mín. Bætið rifnum tómötum út í og eldið þar til hann missir vatnið.

Bætið kanínu og beikoni aftur út í og baðið með víninu. Látið draga úr því og sósan er næstum þurr. Bætið soðinu út í og bætið timjaninu út í. Eldið við lágan hita í 25 mínútur eða þar til kanínan er orðin mjúk. Endið með möndlunum ofan á og kryddið með salti.

BRAGÐ

Nota má þurrkaða shiitake sveppi. Þeir bæta við miklu bragði og ilm.

ÍBERÍSK SVÍNARIF MEÐ HVÍVÍN OG HUNANGI

Hráefni

1 íberískt svínarif

1 glas af hvítvíni

2 matskeiðar af hunangi

1 matskeið sæt paprika

1 matskeið saxað rósmarín

1 matskeið saxað timjan

1 hvítlauksgeiri

Ólífuolía

Salt og pipar

ÚTRÝNING

Setjið krydd, rifinn hvítlauk, hunang og salt í skál. Bætið ½ litlu glasi af olíu út í og hrærið. Dreifið rifinu með þessari blöndu.

Steikið við 200 ºC í 30 mín með kjöthliðinni niður. Snúið við, dreypið víni yfir og bakið í 30 mínútur í viðbót eða þar til rifin eru gullin og mjúk.

BRAGÐ

Til þess að bragðið komist meira í gegnum rifin er betra að marinera kjötið daginn áður.

PERUR MEÐ SÚKKULAÐI MEÐ PIPAR

Hráefni

150 g súkkulaði

85 g sykur

½ lítri af mjólk

4 perur

1 kanilstöng

10 piparkorn

ÚTRÝNING

Afhýðið perurnar án þess að fjarlægja stilkinn. Eldið þær í mjólkinni ásamt sykrinum, kanilstönginni og piparkornunum í 20 mín.

Takið perurnar út, sigtið mjólkina og bætið súkkulaðinu út í. Látið draga úr því án þess að hætta að hræra þar til það þykknar. Berið perurnar fram ásamt súkkulaðisósunni.

BRAGÐ

Þegar perurnar eru soðnar er opnað eftir endilöngu, kjarnhreinsað og fyllt með mascarpone osti með sykri. Lokaðu aftur og sósa. ljúffengur.

ÞRJÁ SÚKKULAÐIKAKA MEÐ KEX

Hráefni

150 g hvítt súkkulaði

150 g dökkt súkkulaði

150 g mjólkursúkkulaði

450ml rjómi

450 ml af mjólk

4 matskeiðar smjör

1 pakki af Maríu kexi

3 umslög af osti

ÚTRÝNING

Myljið kexið og bræðið smjörið. Hnoðið smákökurnar með smjörinu og gerið botninn á kökunni í mót sem hægt er að taka af. Látið hvíla í frysti í 20 mín.

Á meðan er hitað í íláti 150 g af mjólk, 150 g af rjóma og 150 g af einhverju súkkulaðinu. Um leið og það byrjar að sjóða, þynntu 1 poka af skyrtu í glasi með smá mjólk og bættu við blönduna í ílátinu. Fjarlægðu um leið og það eldast aftur.

Setjið fyrsta súkkulaðið á kökudeigið og geymið í frysti í 20 mín.

Gerðu það sama aftur með öðru súkkulaði og settu það ofan á fyrsta lagið. Og endurtaktu aðgerðina með þriðja súkkulaðinu. Látið stífna í frysti eða ísskáp þar til framreiðslutími er.

BRAGÐ

Hægt er að nota annað súkkulaði eins og myntu eða appelsínu.

SVISSNESKUR MARENGUR

Hráefni

250 g af sykri

4 eggjahvítur

klípa af salti

Nokkrir dropar af sítrónusafa

ÚTRÝNING

Þeytið eggjahvíturnar með þeytara þar til þær eru orðnar harðar. Bætið sítrónusafanum, klípu af salti og sykri út í smátt og smátt og án þess að hætta að slá.

Þegar búið er að bæta við sykrinum, þeytið í 3 mínútur í viðbót.

BRAGÐ

Þegar hvíturnar eru harðar er það kallað topppunktur eða snjópunktur.

HESSELNUTUR MEÐ BANÖNUM

Hráefni

100 g hveiti

25 g smjör

25 g af sykri

1½ dl mjólk

8 matskeiðar af heslihneturjóma

2 matskeiðar af rommi

1 matskeið flórsykur

2 bananar

1 egg

½ umslag af geri

ÚTRÝNING

Þeytið egg, ger, romm, hveiti, sykur og mjólk. Látið hvíla í ísskápnum í 30 mín.

Hitið smjörið við vægan hita á non-stick pönnu og dreifið þunnu lagi af deiginu yfir allt yfirborðið. Snúið þar til létt gullið.

Afhýðið og skerið grjónirnar. Smyrjið 2 msk af heslihneturjóma og ½ banana á hverja crepe. Lokið í formi vasaklút og stráið flórsykri yfir.

BRAGÐ

Hægt er að búa til crepes fyrirfram. Þegar þær ætla að borða þarf bara að hita þær á pönnu með smá smjöri á báðum hliðum.

Sítrónuterta MEÐ SÚKKULAÐI BÖNN

Hráefni

400 ml af mjólk

300 g af sykri

250 g hveiti

125 g smjör

50 g kakó

50 g maíssterkju

5 eggjarauður

Safi úr 2 sítrónum

ÚTRÝNING

Blandið saman hveiti, smjöri, 100 g af sykri og kakói þar til þú færð sandáferð. Bætið svo við vatni þar til þú færð deig sem festist ekki við hendurnar. Klæðið mót, hellið þessu rjóma og bakið við 170°C í 20 mínútur.

Hitið mjólkina aftur á móti. Þeytið á meðan eggjarauður og restin af sykrinum þar til þau eru ljós ljós. Bætið síðan maíssterkjunni út í og blandið saman við mjólkina. Hitið, hrærið stöðugt, þar til það þykknar. Bætið sítrónusafanum út í og haltu áfram að hræra.

Settu saman tertuna sem fyllir botninn með rjóma. Látið það hvíla í kæliskápnum í 3 tíma áður en það er borið fram.

BRAGÐ

Bætið nokkrum myntulaufum út í sítrónukremið til að gefa kökunni fullkominn ferskleika.

TIRAMISU

Hráefni

500 g af mascarpone osti

120 g af sykri

1 pakki af ladyfingers kex

6 egg

Amaretto (eða ristað romm)

1 stórt glas með kaffi úr kaffivélinni (sætt eftir smekk)

kakóduft

Salt

ÚTRÝNING

Aðskiljið hvítur og eggjarauður. Þeytið eggjarauðurnar og bætið helmingnum af sykrinum og mascarpone ostinum saman við. Sláðu með umvefjandi hreyfingum og geymdu. Þeytið eggjahvíturnar að hámarki (eða snjó) með smá salti. Þegar þær eru næstum samsettar er hinum helmingnum af sykrinum bætt út í og lokið við að setja saman. Blandið eggjarauðum og hvítum varlega og með umvefjandi hreyfingum.

Dýfðu kexinu í kaffi og áfengi á báðum hliðum (án þess að bleyta þau of mikið) og settu í botninn á íláti.

Setjið lag af eggja- og ostakreminu ofan á kexið. Dýfðu ladyfingers aftur og settu ofan á deigið. Endið á ostamassanum og stráið kakódufti yfir.

BRAGÐ

Borðaðu yfir nótt eða betra tveimur dögum eftir undirbúning.

INTXAURSALSA (VALhnetukrem)

Hráefni

125 g af skurnuðum valhnetum

100 g af sykri

1 lítra af mjólk

1 lítill kanilstöng

ÚTRÝNING

Sjóðið mjólkina með kanilnum og bætið sykri og söxuðum hnetum út í.

Eldið við lágan hita í 2 klukkustundir og látið kólna áður en það er borið fram.

BRAGÐ

Það verður að hafa samkvæmni eins og hrísgrjónabúðingur.

SNÁLMJÓLK

Hráefni

175 g af sykri

1 lítra af mjólk

Húð af 1 sítrónu

1 kanilstöng

3 eða 4 eggjahvítur

Kanillduft

ÚTRÝNING

Hitið mjólkina við vægan hita með kanilstönginni og sítrónuberkinum þar til hún fer að sjóða. Bætið sykrinum strax út í og eldið í 5 mín í viðbót. Geymið og látið kólna í ísskápnum.

Þegar það er orðið kalt, setjið eggjahvíturnar á þar til þær eru stífar og bætið út í mjólkina með umvefjandi hreyfingum. Berið fram með möluðum kanil.

BRAGÐ

Til að fá óviðjafnanlegt graníta skaltu geyma í frystinum og skafa á klukkutíma fresti með gaffli þar til það er alveg frosið.

KATTATUNGUR

Hráefni

350 g laust hveiti

250 g af mjúku smjöri

250 g flórsykur

5 eggjahvítur

1 egg

Vanilla

Salt

ÚTRÝNING

Bætið smjöri, flórsykri, klípu af salti og smá vanilludropum í skál. Þeytið vel og bætið egginu út í. Haldið áfram að þeyta og bætið hvítunum út í einni í einu án þess að hætta að þeyta. Bætið hveitinu út í í einu án þess að hræra mikið.

Geymið kremið í poka með sléttum stút og búið til ræmur um 10 cm. Berið plötuna við borðið þannig að deigið dreifist og bakið við 200ºC þar til endarnir eru gullnir.

BRAGÐ

Bætið 1 matskeið af kókosdufti í deigið til að búa til mismunandi kattatungur.

APPELSINS KÚLKÖKUR

Hráefni

220 g hveiti

200 g af sykri

4 egg

1 lítil appelsína

1 á efnageri

Kanillduft

220 g sólblómaolía

ÚTRÝNING

Blandið eggjunum saman við sykur, kanil og börk og appelsínusafa.

Bætið olíunni út í og blandið saman. Bætið sigtuðu hveiti og geri saman við. Látið þessa blöndu hvíla í 15 mínútur og hellið í bollakökuform.

Hitið ofninn í 200 ºC og bakið í 15 mínútur þar til hann er tilbúinn.

BRAGÐ

Hægt er að setja súkkulaðiperlur í deigið.

PORTRISTIST EPL

Hráefni

80 g smjör (í 4 bitum)

8 matskeiðar af púrtvíni

4 matskeiðar af sykri

4 pippi epli

ÚTRÝNING

Kjarnhreinsaðu eplin. Fyllið með sykrinum og setjið smjörið ofan á.

Bakið í 30 mín við 175 ºC. Eftir þann tíma, stráið hverju epli með 2 msk af púrtvíni og bakið í 15 mínútur í viðbót.

BRAGÐ

Berið fram volga með skeið af vanilluís og dreypið safanum sem sleppt var yfir.

ELDUR MARENGS

Hráefni

400 g kornsykur

100 g flórsykur

¼ lítri af eggjahvítum

dropar af sítrónusafa

ÚTRÝNING

Þeytið hvíturnar með sítrónusafanum og sykri í bain-marie þar til þær eru vel samsettar. Takið af hellunni og haldið áfram að þeyta (þar sem hitinn lækkar mun marengsinn þykkna).

Bætið flórsykrinum út í og þeytið áfram þar til marengsinn er alveg kaldur.

BRAGÐ

Það er hægt að nota til að þekja kökur og gera skreytingar. Ekki fara yfir 60 ºC svo að hvítan hrynji ekki.

CUSTAR

Hráefni

170 g af sykri

1 lítra af mjólk

1 matskeið maíssterkju

8 eggjarauður

Húð af 1 sítrónu

Kanill

ÚTRÝNING

Sjóðið mjólkina með sítrónuhýðinu og helmingnum af sykrinum. Lokið um leið og sýður og látið hvíla af hitanum.

Þeytið eggjarauður sérstaklega saman við restina af sykrinum og maíssterkju í skál. Bætið fjórðungi af soðnu mjólkinni saman við og hrærið áfram.

Bætið eggjarauðublöndunni út í afganginn af mjólkinni og eldið án þess að hætta að hræra.

Í fyrstu suðu skaltu slá með nokkrum stöngum í 15 sek. Takið af hellunni og haldið áfram að þeyta í 30 sekúndur í viðbót. Sigtið og látið hvíla í kuldanum. Stráið kanil yfir.

BRAGÐ

Til að búa til bragðbætt krem —súkkulaði, muldar smákökur, kaffi, rifinn kókos o.s.frv.— er aðeins nauðsynlegt að setja það bragð sem óskað er eftir af hitanum og á meðan það er heitt.

PANNA COTTA MEÐ FJÓLUNAMGI

Hráefni

150 g af sykri

100 g fjólublátt sælgæti

½ lítri af rjóma

½ lítri af mjólk

9 gelatínblöð

ÚTRÝNING

Vökvaðu gelatínblöðin með köldu vatni.

Hitið rjóma, mjólk, sykur og karamellur í potti þar til þær bráðna.

Þegar búið er að slökkva á hitanum, bætið gelatíninu út í og hrærið þar til það er alveg uppleyst.

Hellið í form og geymið í kæliskáp í að minnsta kosti 5 klst.

BRAGÐ

Hægt er að breyta þessari uppskrift með því að blanda inn kaffikonfekti, karamellu o.s.frv.

SITRUS KEX

Hráefni

220 g af mjúku smjöri

170 g hveiti

55 g flórsykur

35 g maíssterkju

5 g appelsínubörkur

5 g sítrónubörkur

2 matskeiðar af appelsínusafa

1 matskeið sítrónusafi

1 eggjahvíta

Vanilla

ÚTRÝNING

Blandið smjörinu, eggjahvítunni, appelsínusafanum, sítrónusafanum, börknum af sítrusávöxtum og vanilludropum mjög hægt saman. Hrærið og bætið sigtuðu hveiti og maíssterkju saman við.

Setjið deigið í múffu með hrokknum stút og teiknið 7 cm hringa á smjörpappír. Bakið í 15 mín við 175°C.

Stráið flórsykri yfir kökurnar.

BRAGÐ

Bætið möluðum negul og engifer út í deigið. Útkoman er frábær.

MANGÓLIMA

Hráefni

550 g laust hveiti

400 g af mjúku smjöri

200 g flórsykur

125 g af mjólk

2 egg

Vanilla

Salt

ÚTRÝNING

Hrærið hveiti, sykri, klípu af salti og öðru af vanilludropum saman við. Bætið við ekki mjög köldu eggjunum einu í einu. Þvoið með örlítið volgri mjólk og bætið sigtuðu hveitinu út í.

Setjið deigið í ermi með krulluðum stút og hellið smávegis á smjörpappír. Bakið við 180ºC í 10 mín.

BRAGÐ

Hægt er að setja malaðar möndlur að utan, baða þær í súkkulaði eða stinga kirsuber á þær.

JÓGÚRTTAKA

Hráefni

375 g hveiti

250 g hrein jógúrt

250 g af sykri

1 umslag af efnageri

5 egg

1 lítil appelsína

1 sítrónu

125 g sólblómaolía

ÚTRÝNING

Þeytið egg og sykur með hrærivélinni í 5 mín. Blandið saman við jógúrt, olíu, börk og sítrussafa.

Sigtið hveiti og ger og blandið saman við jógúrtina.

Smyrjið og hveiti mót. Bætið deiginu út í og bakið við 165 ºC í um það bil 35 mín.

BRAGÐ

Notaðu bragðbætt jógúrt til að búa til mismunandi kex.

BANANATJÓTUR MEÐ RÓSMARÍN

Hráefni

30 g smjör

1 grein af rósmarín

2 bananar

ÚTRÝNING

Afhýðið og skerið banananna í sneiðar.

Setjið þær í pott, setjið lok á og eldið við mjög lágan hita ásamt smjöri og rósmaríni þar til bananinn er eins og kompott.

BRAGÐ

Þessi kompott þjónar sem meðlæti með bæði svínakótilettum og súkkulaðisvampköku. Þú getur bætt við 1 matskeið af sykri meðan á eldun stendur til að gera hann sætari.

CRÈME BRÛLÉE

Hráefni

100 g púðursykur

100 g hvítur sykur

400cl af rjóma

300cl af mjólk

6 eggjarauður

1 vanillustöng

ÚTRÝNING

Opnaðu vanillustöngina og dragðu baunirnar út.

Þeytið í skál mjólkina með hvíta sykrinum, eggjarauðunum, rjómanum og vanillustöngunum. Fylltu einstök mót með þessari blöndu.

Hitið ofninn í 100 ºC og bakið í bain-marie í 90 mín. Þegar það er kalt, stráið púðursykri yfir og brennið með kyndli (eða forhitið ofninn í hámark í grillstillingu og bakið þar til sykurinn er aðeins brenndur).

BRAGÐ

Bætið 1 matskeið af leysanlegu kakói út í rjómann eða mjólkina til að fá dýrindis kakócreme brûlée.

SVISSNESKUR ARMUR MEÐ RJÓMI

Hráefni

250 g súkkulaði

125 g af sykri

½ lítri af rjóma

Maríubjallakaka (sjá kaflann um eftirrétti)

ÚTRÝNING

Gerðu maríubjöllu köku. Fyllið með þeyttum rjómanum og rúllið upp á sjálfan sig.

Hitið sykurinn saman við 125 g af vatni í potti. Bætið súkkulaðinu út í, bræðið það í 3 mínútur, hrærið stöðugt í og hyljið svissneska rúlluna með því. Látið það hvíla áður en það er borið fram.

BRAGÐ

Til að njóta enn fullkomnari og ljúffengari eftirréttar, bætið söxuðum ávöxtum í síróp við rjómann.

EGGAFLAN

Hráefni

200 g af sykri

1 lítra af mjólk

8 egg

ÚTRÝNING

Gerðu karamellu með sykrinum við vægan hita og án þess að hræra. Þegar það fær ristaðan lit skaltu taka af hitanum. Dreifið í einstaka flaneras eða í hvaða mót sem er.

Þeytið mjólkina og eggin til að forðast froðu. Ef það kemur í ljós áður en það er sett í formin skaltu fjarlægja það alveg.

Hellið karamellunni yfir og bakið í bain-marie við 165 ºC í um það bil 45 mínútur eða þar til nál stingur hana og hún kemur hrein út.

BRAGÐ

Þessi sama uppskrift er notuð til að búa til dýrindis búðing. Það þarf bara að bæta afgangi af kruðeríum, muffins, kex... frá deginum áður í blönduna.

CAVA hlaup með jarðaberjum

Hráefni

500 g af sykri

150 g jarðarber

1 flaska af kampavíni

½ pakki af gelatínblöðum

ÚTRÝNING

Hitið cava og sykur í potti. Bætið gelatíninu sem áður hefur verið vökvað í köldu vatni af hitanum út í.

Berið fram í Martini glösum ásamt jarðarberjunum og geymið í ísskápnum þar til það harðnar.

BRAGÐ

Það er líka hægt að gera það með hvaða sætu víni sem er og með rauðum ávöxtum.

FRITTAR

Hráefni

150 g hveiti

30 g smjör

250 ml af mjólk

4 egg

1 sítrónu

ÚTRÝNING

Hitið mjólkina og smjörið ásamt sítrónuberkinum að suðu. Þegar það sýður skaltu fjarlægja hýðið og setja hveitið út í. Slökkvið á hitanum og hrærið í 30 sek.

Settu það aftur á hita og hreyfðu aðra mínútu þar til deigið festist ekki við veggi ílátsins.

Hellið deiginu í skál og bætið eggjunum út í einu í einu (ekki bæta því næsta við fyrr en það fyrra er vel blandað saman við deigið).

Steikið kökurnar í litlum skömmtum með hjálp sætabrauðspoka eða með 2 skeiðum.

BRAGÐ

Það má fylla með rjóma, rjóma, súkkulaði o.fl.

SAN JUAN COCA

Hráefni

350 g hveiti

100 g smjör

40 g af furuhnetum

250 ml af mjólk

1 pakki af lyftidufti

Börkur af 1 sítrónu

3 egg

Sykur

Salt

ÚTRÝNING

Sigtið hveiti og ger. Blandið saman og búið til eldfjall. Hellið berkinum, 110 g af sykri, smjöri, mjólk, eggjum og klípu af salti í miðjuna. Hnoðið vel þar til deigið festist ekki við hendurnar.

Teygðu með rúllu þar til hún er rétthyrnd og fín. Sett á disk á bökunarpappír og látið gerjast í 30 mín.

Málaðu kókið með eggi, stráið furuhnetunum og 1 matskeið af sykri yfir. Bakið við 200°C í um það bil 25 mín.

BOLOGNESE SÓSA

Hráefni

600 g af niðursoðnum tómötum

500 g nautahakk

1 glas af rauðvíni

3 gulrætur

2 sellerístilkar (má sleppa)

2 hvítlauksrif

1 laukur

Oregano

Sykur

Ólífuolía

Salt og pipar

ÚTRÝNING

Saxið laukinn, hvítlaukinn, sellerístilkana og gulræturnar smátt. Steikið og þegar grænmetið er orðið mjúkt er kjötinu bætt út í.

Saltið og piprið og baðið með víninu þegar blei liturinn á kjötinu hverfur. Látið draga úr því í 3 mín við háan hita.

Bætið muldum tómötum út í og sjóðið við vægan hita í 1 klst. Í lokin skaltu leiðrétta salt og sykur og bæta við oregano eftir smekk.

BRAGÐ

Bolognese er alltaf tengt pasta, en með hrísgrjónapílaf er það ljúffengt.

HVÍT SÚÐ (KJÚKLINGUR EÐA nautakjöt)

Hráefni

1 kg af nauta- eða kjúklingabeinum

1dl af hvítvíni

1 stöng af sellerí

1 timjankvistur

2 negull

1 lárviðarlauf

1 hreinn blaðlaukur

1 hrein gulrót

½ laukur

15 svört piparkorn

ÚTRÝNING

Setjið allt hráefnið í pott. Hyljið með vatni og eldið við meðalhita. Þegar það byrjar að sjóða, skvettu. Eldið í 4 klst.

Sigtið í gegnum kínverska og skiptið yfir í annað ílát. Geymið fljótt í kæli.

BRAGÐ

Ekki salta fyrr en í notkun, því það er auðveldara fyrir það að skemma. Það er notað sem grunnsoð til að búa til sósur, súpur, hrísgrjónarétti, pottrétti o.fl.

CONCASSÉ TÓMATAR

Hráefni

1 kg af tómötum

120g af laukum

2 hvítlauksrif

1 grein af rósmarín

1 timjankvistur

Sykur

1 dl af ólífuolíu

Salt

ÚTRÝNING

Saxið laukinn og hvítlaukinn í litla bita. Steikið rólega í 10 mín á pönnu.

Skerið tómatana í sneiðar og bætið þeim á pönnuna ásamt kryddjurtunum. Eldið þar til tómatarnir missa allt vatnið.

Saltið og leiðréttið sykur ef þarf.

BRAGÐ

Það má útbúa fyrirfram og geyma í loftþéttu íláti í ísskáp.

ROBERT SÓSA

Hráefni

200 g vorlaukur

100 g smjör

½ l af kjötsoði

¼ lítri af hvítvíni

1 matskeið af hveiti

1 matskeið sinnep

Salt og pipar

ÚTRÝNING

Steikið graslaukinn skorinn í litla bita í smjörinu. Bætið hveitinu út í og eldið rólega í 5 mín.

Hækkið hitann, hellið víninu út í og látið minnka um helming, hrærið stöðugt í.

Bætið soðinu út í og eldið í 5 mín í viðbót. Þegar búið er að slökkva á hitanum er sinnepinu bætt út í og kryddað með salti og pipar.

BRAGÐ

Tilvalið til að fylgja svínakjöti.

BLEIK SÓSA

Hráefni

250 g af majónesisósu (sjá kaflann um seyði og sósur)

2 matskeiðar tómatsósu

2 matskeiðar brennivín

Safi úr ½ appelsínu

Tabasco

Salt og pipar

ÚTRÝNING

Blandið majónesi, tómatsósu, brandy, safa, ögn af tabasco, salti og pipar saman við. Þeytið vel þar til þú færð einsleita sósu.

BRAGÐ

Til að gera sósuna mýkri skaltu bæta við ½ matskeið af sinnepi og 2 matskeiðum af fljótandi rjóma.

FISKAFN

Hráefni

500 g af beinum eða hausum af hvítfiski

1dl af hvítvíni

1 grein af steinselju

1 blaðlaukur

½ lítill laukur

5 piparkorn

ÚTRÝNING

Setjið allt hráefnið í pott og setjið 1 l af köldu vatni yfir. Sjóðið við meðalhita í 20 mín án þess að hætta að flæða.

Sigtið, flytjið í annað ílát og geymið fljótt í kæli.

BRAGÐ

Ekki salta fyrr en í notkun, því það er auðveldara fyrir það að skemma. Það er grunnur í sósum, hrísgrjónaréttum, súpum o.s.frv.

ÞÝSK SÓSA

Hráefni

35 g smjör

35 g hveiti

2 eggjarauður

½ l af seyði (fiskur, kjöt, alifugla osfrv.)

Salt

ÚTRÝNING

Steikið hveitið í smjörinu við vægan hita í 5 mín. Bætið soðinu út í í einu og eldið við meðalhita í 15 mínútur í viðbót án þess að hætta að slá. Lagfæra salt.

Af hitanum og án þess að hætta að þeyta, bætið við eggjarauðunum.

BRAGÐ

Hitið ekki of mikið svo að eggjarauðan hrynji ekki.

HRAKKAR SÓSA

Hráefni

750 g af steiktum tómötum

1 lítið glas af hvítvíni

3 matskeiðar af ediki

10 hráar möndlur

10 chili

5 brauðsneiðar

3 hvítlauksrif

1 laukur

Sykur

Ólífuolía

Salt

ÚTRÝNING

Brúnið allan hvítlaukinn á pönnu. Dragðu til baka og pantaðu. Steikið möndlurnar í sömu olíunni. Dragðu til baka og pantaðu. Steikið brauðið á sömu pönnu. Dragðu til baka og pantaðu.

Steikið laukinn í sömu olíu ásamt chili. Þegar það er soðið skaltu bleyta með ediki og vínglasinu. Látið draga úr því í 3 mín við háan hita.

Bætið tómötum, hvítlauk, möndlum og brauði út í. Eldið í 5 mín, blandið saman og, ef þarf, kryddið með salti og sykri.

BRAGÐ

Það má frysta í einstaka ísmolabakka og nota aðeins það magn sem þarf.

DÖKKT SÚÐ (KJÚKLINGUR EÐA nautakjöt)

Hráefni

5 kg af nauta- eða kjúklingabeinum

500 g tómatar

250 g gulrætur

250 g af blaðlauk

125g laukur

½ lítri af rauðvíni

5 lítrar af köldu vatni

1 grein pio

3 lárviðarlauf

2 timjangreinar

2 greinar af rósmarín

15 piparkorn

ÚTRÝNING

Bakið beinin við 185°C þar til þau eru létt ristuð. Bætið hreinsuðu grænmetinu út í og skerið í meðalstóra bita í sama bakka. Látið grænmetið brúnast.

Setjið beinin og grænmetið í stóran pott. Bætið víni og kryddjurtum út í og bætið vatninu við. Eldið í 6 klukkustundir við vægan hita, fletjið af og til. Sigtið og látið kólna.

BRAGÐ

Það er grunnurinn fyrir fjöldann allan af sósum, plokkfiskum, hrísgrjónaréttum, súpum osfrv. Þegar soðið er kalt er fitan áfram storknuð ofan á. Það er auðveldara að fjarlægja það þannig.

MOJO PICÓN

Hráefni

8 matskeiðar af ediki

2 teskeiðar af kúmenkorni

2 tsk af sætri papriku

2 hvítlaukshausar

3 cayenne

30 matskeiðar af olíu

gróft salt

ÚTRÝNING

Þeytið öllum föstu hráefnunum, nema paprikunni, í mortéli þar til mauk fæst.

Bætið paprikunni út í og haltu áfram að stappa. Bætið vökvanum út í smátt og smátt þar til þú færð einsleita og fleyta sósu.

BRAGÐ

Tilvalið til að fylgja með frægu hrukkukartöflunum og líka á grillaðan fisk.

PESTÓ SÓSA

Hráefni

100 g af furuhnetum

100 g parmesan

1 búnt af ferskri basilíku

1 hvítlauksgeiri

mild ólífuolía

ÚTRÝNING

Blandið öllu hráefninu saman án þess að gera það mjög einsleitt til að taka eftir krassandi furuhnetunum.

BRAGÐ

Þú getur skipt út furuhnetunum fyrir valhnetur og basilíkunni fyrir ferska rucola. Upphaflega er það gert með steypuhræra.

SÚR SÆT SÓSA

Hráefni

100 g af sykri

100 ml af ediki

50ml sojasósa

Börkur af 1 sítrónu

Börkur af 1 appelsínu

ÚTRÝNING

Sjóðið sykur, edik, sojasósu og sítrusbörk í 10 mín. Látið kólna fyrir notkun.

BRAGÐ

Hann er fullkominn meðleikur við vorrúllur.

GRÆNN MOJITO

Hráefni

8 matskeiðar af ediki

2 teskeiðar af kúmenkorni

4 græn piparkorn

2 hvítlaukshausar

1 búnt af steinselju eða kóríander

30 matskeiðar af olíu

gróft salt

ÚTRÝNING

Púðu öll föst efni þar til þú færð deig.

Bætið vökvanum út í smátt og smátt þar til þú færð einsleita og fleyta sósu.

BRAGÐ

Það er hægt að geyma það án vandræða með plastfilmu, í kæli í ísskáp í nokkra daga.

BESSAMEL SÓSA

Hráefni

85 g smjör

85 g hveiti

1 lítra af mjólk

Múskat

Salt og pipar

ÚTRÝNING

Bræðið smjörið í potti, bætið hveitinu út í og sjóðið við vægan hita í 10 mínútur, hrærið stöðugt í.

Bætið mjólkinni út í í einu og eldið í 20 mín í viðbót. Haltu áfram að hræra. Lagfærðu salt, pipar og múskat.

BRAGÐ

Til að forðast kekki skaltu elda hveitið með smjörinu við vægan hita og halda áfram að þeyta þar til blandan verður næstum fljótandi.

HUNTER SÓSA

Hráefni

200 g sveppir

200 g tómatsósa

125 g smjör

½ l af kjötsoði

¼ lítri af hvítvíni

1 matskeið af hveiti

1 vorlaukur

Salt og pipar

ÚTRÝNING

Steikið fínt saxaðan vorlauk í smjörinu við meðalhita í 5 mín.

Bætið hreinsuðum og fjórðungum sveppunum út í og hækkið hitann. Eldið í 5 mínútur í viðbót þar til þeir missa vatnið. Bætið hveitinu út í og eldið í 5 mínútur í viðbót án þess að hætta að hræra.

Bætið víninu út í og látið draga úr því. Bætið tómatsósunni og kjötsoðinu saman við. Eldið 5 mín í viðbót.

BRAGÐ

Geymið í kæli og dreifið léttri smjörfilmu ofan á svo að ekki myndist skorpa á yfirborðinu.

AIOLI SÓSA

Hráefni

6 hvítlauksrif

Edik

½ l ljós ólífuolía

Salt

ÚTRÝNING

Myljið hvítlaukinn með salti í mortéli þar til þú færð mauk.

Bætið olíunni smám saman út í og hrærið stöðugt með stöplinum þar til þykk sósa fæst. Bætið skvettu af ediki út í sósuna.

BRAGÐ

Ef 1 eggjarauða er bætt út í við hvítlauksstaukið er auðveldara að búa til sósuna.

BANDARÍSK SÓSA

Hráefni

150 g af árkrabba

250 g af skeljum og rækjuhausum og rækjum

250 g þroskaðir tómatar

250 g laukur

100 g smjör

50 g gulrót

50 g af blaðlauk

½ l af fiskikrafti

1dl af hvítvíni

½ dl brennivín

1 matskeið af hveiti

1 teskeið af heitri papriku

1 timjankvistur

Salt

ÚTRÝNING

Steikið grænmetið, nema tómatana, skorið í litla bita í smjörinu. Steikið næst paprikuna og hveitið.

Steikið krabbana og hausana af restinni af skelfiskinum og flamberað með brennivíninu. Pantaðu krabbahalana og malaðu skrokkana með rjúpunni. Síið 2 eða 3 sinnum þar til engar leifar eru eftir af hlífinni.

Bætið soðinu, víni, fjórðungum tómötum og timjan út í grænmetið. Eldið í 40 mín, malið og kryddið með salti.

BRAGÐ

Fullkomin sósa fyrir fyllta papriku, skötuselur eða fiskibollur.

AURORA SÓSA

Hráefni

45 g smjör

½ l velouté sósu (sjá kaflann um seyði og sósur)

3 matskeiðar af tómatsósu

ÚTRÝNING

Látið velouté sósuna sjóða, bætið matskeiðum af tómötum út í og þeytið með þeytara.

Takið af hellunni, bætið smjörinu út í og haltu áfram að blanda þar til það hefur blandast vel saman.

BRAGÐ

Notaðu þessa sósu til að fylgja nokkrum fylltum eggjum.

GRILLSÓSA

Hráefni

1 dós af Coca Cola

1 bolli tómatsósa

1 bolli tómatsósa

½ bolli edik

1 tsk oregano

1 tsk timjan

1 tsk kúmen

1 hvítlauksgeiri

1 saxað cayenne

½ laukur

Ólífuolía

Salt og pipar

ÚTRÝNING

Skerið laukinn og hvítlaukinn í litla bita og steikið í smá olíu. Bætið tómötum, tómatsósu og ediki út í þegar það er mjúkt.

Eldið í 3 mín. Bætið cayenne og kryddi út í. Hrærið, hellið Coca-Cola og eldið þar til þykk áferð er eftir.

BRAGÐ

Það er fullkomin sósa fyrir kjúklingavængi. Það má frysta í einstaka ísmolabakka og nota aðeins það magn sem þarf.

BEARNAISE SÓSA

Hráefni

250 g af skýru smjöri

1 dl af estragon ediki

1dl af hvítvíni

3 eggjarauður

1 skalottlaukur (eða ½ lítill vorlaukur)

Estragon

Salt og pipar

ÚTRÝNING

Hitið skalottlaukur skorinn í litla bita ásamt ediki og víni í potti. Látið minnka þar til þú færð um 1 matskeið.

Settu kryddaðar eggjarauður í bain-marie. Bætið við vín- og edikislækkuninni ásamt 2 matskeiðum af köldu vatni þar til rúmmálið hefur tvöfaldast.

Bætið bræddu smjörinu smám saman út í eggjarauðurnar án þess að hætta að þeyta. Bætið við smá söxuðu estragoni og geymið í vatnsbaði við ekki meira en 50 ºC.

BRAGÐ

Mikilvægt er að hafa þessa sósu í bain-marie við vægan hita svo hún skerist ekki.

KARBONARA SÓSA

Hráefni

200 g beikon

200 g af rjóma

150 g parmesan

1 meðalstór laukur

3 eggjarauður

Salt og pipar

ÚTRÝNING

Steikið laukinn skorinn í litla teninga. Þegar það er steikt er beikoninu skorið í fína strimla bætt út í og látið standa á hitanum þar til það er gullið.

Hellið svo rjómanum út í, kryddið með salti og pipar og eldið rólega í 20 mín.

Þegar búið er að slökkva á hitanum er rifnum osti, eggjarauðunum bætt út í og hrært.

BRAGÐ

Ef það er afgangs við annað tækifæri, þegar það er heitt, skaltu gera það við vægan hita og ekki of lengi svo eggið hrynji ekki.

Ljúffeng SÓSA

Hráefni

200 g vorlaukur

100 g gúrkur

100 g smjör

½ l af kjötsoði

125cl af hvítvíni

125cl af ediki

1 matskeið sinnep

1 matskeið af hveiti

Salt og pipar

ÚTRÝNING

Steikið saxaðan graslauk í smjörinu. Bætið hveitinu út í og eldið rólega í 5 mín.

Hækkið hitann og hellið víni og ediki út í og látið minnka um helming, hrærið stöðugt í.

Bætið soðinu saman við, suðukornunum og eldið í 5 mínútur í viðbót. Takið af hellunni og bætið sinnepinu út í. Tímabil.

BRAGÐ

Þessi sósa er tilvalin fyrir feitt kjöt.

CUMBERLAND SÓSA

Hráefni

150 g af rifsberjasultu

½ dl púrtvín

1 glas af dökku kjötsoði (sjá kaflann um seyði og sósur)

1 tsk engiferduft

1 matskeið sinnep

1 skalottlaukur

½ appelsínubörkur

½ sítrónubörkur

Safi úr ½ appelsínu

Safi úr ½ sítrónu

Salt og pipar

ÚTRÝNING

Skerið appelsínu- og sítrónuhýðina í þunnar Julienne strimla. Eldið úr köldu vatni og látið sjóða í 10 s. Endurtaktu aðgerðina 2 sinnum. Tæmdu og endurnærðu.

Saxið skalottlaukana smátt og steikið í 1 mínútu og hrærið stöðugt í með rifsberjasultunni, púrtúr, seyði, sítrusberki og safa, sinnepi, engifer, salti og pipar. Látið kólna.

BRAGÐ

Hún er fullkomin sósa til að fylgja með patés eða villibráð.

KARRY SÓSA

Hráefni

200g laukur

2 matskeiðar af hveiti

2 matskeiðar karrý

3 hvítlauksrif

2 stórir tómatar

1 timjankvistur

1 lárviðarlauf

1 flaska af kókosmjólk

1 epli

1 banani

Ólífuolía

Salt

ÚTRÝNING

Steikið hvítlaukinn og laukinn skorinn í litla bita í olíu. Bætið karrýinu út í og steikið í 3 mín. Bætið hveitinu út í og steikið í 5 mínútur í viðbót, hrærið stöðugt í.

Bætið tómötunum, kryddjurtunum og kókosmjólkinni í fjórða hluta saman við. Eldið 30 mín við lágan hita. Bætið skrældu og söxuðu eplinum og banananum út í og eldið í 5 mínútur í viðbót. Myljið, sigtið og leiðréttið saltið.

BRAGÐ

Til að gera þessa sósu minna kaloría skaltu helminga kókosmjólkina og setja kjúklingasoð í staðinn.

HVÍTLAUKSSÓSA

Hráefni

250 ml af rjóma

10 hvítlauksrif

Salt og pipar

ÚTRÝNING

Blasaðu hvítlaukinn 3 sinnum í köldu vatni. Látið suðuna koma upp, hellið af og látið suðuna koma upp aftur úr köldu vatni. Endurtaktu þessa aðgerð 3 sinnum.

Þegar búið er að bleikja, eldið í 25 mínútur ásamt rjómanum. Að lokum er kryddað og blandað saman.

BRAGÐ

Ekki eru öll krem eins. Ef það er of þykkt skaltu bæta við smá rjóma og elda í 5 mínútur í viðbót. Ef það er þvert á móti mjög fljótandi, eldið þá í lengri tíma. Það er fullkomið fyrir fisk.

BLACKBERRY SÓSA

Hráefni

200 g af brómberjum

25 g af sykri

250 ml af spænskri sósu (sjá kaflann um seyði og sósur)

100 ml af sætu víni

2 matskeiðar af ediki

1 matskeið smjör

Salt og pipar

ÚTRÝNING

Gerðu karamellu með sykrinum við vægan hita. Bætið ediki, víni, brómberjum út í og eldið í 15 mín.

Hellið spænsku sósunni yfir. Saltið og piprið, blandið saman, sigtið og látið suðuna koma upp ásamt smjörinu.

BRAGÐ

Það er fullkomin sósa fyrir villibráð.

CIDERSÓSA

Hráefni

250 ml af rjóma

1 flaska af eplasafi

1 kúrbít

1 gulrót

1 blaðlaukur

Salt

ÚTRÝNING

Skerið grænmetið í sneiðar og steikið það í 3 mín við háan hita. Hellið eplasafanum og látið draga úr því í 5 mín.

Bætið rjómanum út í, saltið og látið malla í 15 mínútur í viðbót.

BRAGÐ

Fullkomið meðlæti fyrir grillaðan sjóbirtingshrygg eða laxasneið.

TÓKÚPA

Hráefni

1 ½ kg af þroskuðum tómötum

250 g laukur

1 glas af hvítvíni

1 skinkubein

2 hvítlauksrif

1 stór gulrót

ferskt timjan

ferskt rósmarín

Sykur (valfrjálst)

Salt

ÚTRÝNING

Skerið laukinn, hvítlaukinn og gulrótina í julienne strimla og steikið við meðalhita. Þegar grænmetið er orðið mjúkt er beinum bætt út í og víninu hellt út í. Kveiktu á eldinum.

Bætið við fjórðungum tómötum og arómatískum kryddjurtum. Eldið 30 mín.

Fjarlægðu bein og kryddjurtir. Myljið, sigtið og leiðréttið salt og sykur ef þarf.

BRAGÐ

Frystið í einstökum ísmolabökkum til að hafa dýrindis heimagerða tómatsósu alltaf við höndina.

PEDRO XIMENEZ VÍNSÓSA

Hráefni

35 g smjör

250 ml af spænskri sósu (sjá kaflann um seyði og sósur)

75 ml af Pedro Ximenez víni

Salt og pipar

ÚTRÝNING

Hitið vínið í 5 mín við meðalhita. Bætið spænsku sósunni út í og eldið í 5 mín í viðbót.

Til að þykkna og skína, bætið við af hitanum á meðan haldið er áfram að þeyta niður kalda smjörið. Tímabil.

BRAGÐ

Það er hægt að gera það með hvaða sætu víni sem er, eins og púrtvín.

RJÓMASÓSA

Hráefni

½ l af bechamelsósu (sjá kaflann um seyði og sósur)

200cl af rjóma

Safi úr ½ sítrónu

ÚTRÝNING

Sjóðið bechamelið og bætið rjómanum út í. Eldið þar til þú færð um 400 cl af sósu.

Þegar búið er að slökkva á hitanum skaltu bæta við sítrónusafanum.

BRAGÐ

Tilvalið í gratínið, til að sósa fisk og fyllt egg.

MAJONES SÓSA

Hráefni

2 egg

Safi úr ½ sítrónu

½ l ljós ólífuolía

Salt og pipar

ÚTRÝNING

Setjið eggin og sítrónusafann í blandaraglas.

Þeytið með hrærivélinni 5, bætið olíunni saman við í fínum þræði á meðan haldið er áfram að þeyta. Lagaðu salt og pipar.

BRAGÐ

Til að það skerist ekki þegar það er malað skaltu bæta 1 matskeið af heitu vatni í blandaraglasið ásamt restinni af hráefninu.

JÓGÚRT OG DILLSÓSA

Hráefni

20g laukur

75 ml af majónesisósu (sjá kaflann um seyði og sósur)

1 matskeið af hunangi

2 jógúrt

Dill

Salt

ÚTRÝNING

Blandið öllu hráefninu, nema dilli, saman þar til þú færð mjúka sósu.

Saxið dillið smátt og bætið út í sósuna. Fjarlægðu og lagfærðu saltið.

BRAGÐ

Það er tilvalið að fylgja með steiktum kartöflum eða lambakjöti.

Djöflasósa

Hráefni

100 g smjör

½ l af kjötsoði

3dl af hvítvíni

1 vorlaukur

2 chili

Salt

ÚTRÝNING

Skerið vorlaukinn í litla bita og steikið við háan hita. Bætið chilli út í, hellið víninu út í og látið minnka um helming.

Vætið með soðinu, eldið í 5 mínútur í viðbót og kryddið með salti og kryddi.

Bætið mjög köldu smjöri af hitanum út í og blandið með þeytara þar til það er þykkt og glansandi.

BRAGÐ

Þessa sósu er líka hægt að gera með sætu víni. Útkoman er stórkostleg.

SPÆNSK SÓSA

Hráefni

30 g smjör

30 g hveiti

1 l af kjötsoði (minnkað)

Salt og pipar

ÚTRÝNING

Steikið hveitið í smjörinu þar til það er létt ristað.

Hellið sjóðandi seyði á meðan hrært er. Eldið í 5 mín og kryddið með salti og pipar.

BRAGÐ

Þessi sósa er uppistaðan í mörgum útfærslum. Það er það sem í matreiðslu er kallað grunnsósa.

HOLLANDSE SÓSA

Hráefni

250 g smjör

3 eggjarauður

Safi úr ¼ sítrónu

Salt og pipar

ÚTRÝNING

Bræðið smjörið.

Þeytið eggjarauður í bain-marie ásamt smá salti, pipar og sítrónusafa ásamt 2 matskeiðum af köldu vatni þar til tvöfaldast að rúmmáli.

Bætið bræddu smjörinu smám saman út í eggjarauðurnar á meðan þeytið er áfram. Geymið í vatnsbaði við ekki meira en 50 ºC.

BRAGÐ

Þessi sósa er stórkostleg til að fylgja smá ristuðum kartöflum með reyktum laxi ofan á.

ÍTALSKUR KLÆÐINGUR

Hráefni

125 g tómatsósa

100 g sveppir

50 g York skinka

50 g vorlaukur

45 g smjör

125 ml af spænskri sósu (sjá kaflann um seyði og sósur)

90ml hvítvín

1 timjankvistur

1 grein af rósmarín

Salt og pipar

ÚTRÝNING

Saxið vorlaukinn smátt og steikið í smjörinu. Þegar það er mjúkt skaltu hækka hitann og bæta við sneiðum og hreinsuðum sveppum. Bætið skinkunni í bita saman við.

Hellið víni og kryddjurtum út í og látið það minnka alveg.

Bætið spænsku sósunni og tómatsósunni út í. Eldið í 10 mín og kryddið með salti og pipar.

BRAGÐ

Fullkomið fyrir pasta og soðin egg.

MOUSSELINE SÓSA

Hráefni

250 g smjör

85 ml af þeyttum rjóma

3 eggjarauður

Safi úr ¼ sítrónu

Salt og pipar

ÚTRÝNING

Bræðið smjörið.

Setjið eggjarauðurnar í bain-marie ásamt smá salti, pipar og sítrónusafa. Bætið við 2 matskeiðum af köldu vatni þar til rúmmálið hefur tvöfaldast. Bætið smjörinu smám saman við eggjarauðurnar án þess að hætta að þeyta.

Rétt í augnablikinu sem borið er fram, þeytið rjómann og bætið við fyrri blönduna með mjúkum og umvefjandi hreyfingum.

BRAGÐ

Geymið í vatnsbaði við ekki meira en 50 ºC. Hann er fullkominn til að grilla lax, rakhnífa, aspas o.fl.

REMÚLAÐSÓSA

Hráefni

250 g af majónesisósu (sjá kaflann um seyði og sósur)

50 g gúrkur

50 g kapers

10 g af ansjósum

1 tsk söxuð fersk steinselja

ÚTRÝNING

Myljið ansjósurnar í mortéli þar til þær eru maukaðar. Skerið kapers og gúrkur í mjög litla bita. Bætið restinni af hráefnunum saman við og blandið saman.

BRAGÐ

Tilvalið fyrir fyllt egg.

BIZCAINE SÓSA

Hráefni

500 g af laukum

400 g ferskir tómatar

25 g af brauði

3 hvítlauksrif

4 chorizo eða ñoras paprikur

Sykur (valfrjálst)

Ólífuolía

Salt

ÚTRÝNING

Leggið ñoras í bleyti til að fjarlægja kjötið.

Skerið laukinn og hvítlaukinn í julienne strimla og steikið við meðalhita í lokuðum potti í 25 mín.

Bætið brauðinu og sneiðum tómötum út í og haltu áfram að elda í 10 mín í viðbót. Bætið kjötinu af ñoras út í og eldið í 10 mínútur í viðbót.

Myljið og leiðréttið salt og sykur ef þarf.

BRAGÐ

Þó að það sé ekki algengt er það frábær sósa til að gera með spaghettí.

BLEKSÓSA

Hráefni

2 hvítlauksrif

1 stór tómatur

1 lítill laukur

½ lítil rauð paprika

½ lítil græn paprika

2 pokar af smokkfiskbleki

hvítvín

Ólífuolía

Salt

ÚTRÝNING

Skerið grænmetið í litla bita og steikið rólega í 30 mín.

Bætið rifnum tómötum út í og eldið við meðalháan hita þar til hann missir vatnið. Hækkið hitann og bætið blekpokanum saman við og skvettu af víni. Látið minnka um helming.

Myljið, sigtið og kryddið með salti.

BRAGÐ

Ef aðeins meira bleki er bætt við eftir malun verður sósan bjartari.

MORGUNARSÓSA

Hráefni

75 g parmesanostur

75 g smjör

75 g hveiti

1 lítra af mjólk

2 eggjarauður

Múskat

Salt og pipar

ÚTRÝNING

Bræðið smjörið í potti. Bætið hveitinu út í og eldið við vægan hita í 10 mínútur, hrærið stöðugt í.

Hellið mjólkinni í einu og eldið í 20 mínútur í viðbót, hrærið stöðugt í.

Bætið við eggjarauðunum og ostinum af hitanum og haldið áfram að hræra. Lagfærðu salt, pipar og múskat.

BRAGÐ

Það er fullkomin sósa fyrir gratín. Hægt er að nota hvaða ostategund sem er.

ROMESCO SÓSA

Hráefni

100 g edik

80 g ristaðar möndlur

½ tsk sæt paprika

2 eða 3 þroskaðir tómatar

2 ñoras

1 lítil sneið af ristuðu brauði

1 hvítlaukshaus

1 chilli

250 g af extra virgin ólífuolíu

Salt

ÚTRÝNING

Vökvaðu ñoras í heitu vatni í 30 mín. Fjarlægðu kvoða þess og geymdu.

Hitið ofninn í 200 ºC og ristið tómatana og hvítlaukshausinn (tómatarnir þurfa um 15 eða 20 mínútur og hvítlaukurinn aðeins minna).

Þegar búið er að steikja, hreinsið húðina og fræin af tómötunum og fjarlægið hvítlaukinn einn í einu. Setjið í blandaraglas ásamt möndlunum, ristuðu brauðinu, kjötinu af ñoras, olíunni og edikinu. Sláðu vel.

Bætið svo sætu paprikunni og ögn af chilli út í. Þeytið aftur og leiðréttið saltið.

BRAGÐ

Ekki rífa sósuna of mikið.

SOUBISE SÓSA

Hráefni

100 g smjör

85 g hveiti

1 lítra af mjólk

1 laukur

Múskat

Salt og pipar

ÚTRÝNING

Bræðið smjörið í potti og steikið laukinn skorinn í þunnar ræmur rólega í 25 mín. Bætið hveitinu út í og eldið í 10 mínútur í viðbót, hrærið stöðugt í.

Hellið mjólkinni í einu og eldið í 20 mínútur í viðbót við vægan hita, hrærið stöðugt í. Lagfærðu salt, pipar og múskat.

BRAGÐ

Það má bera fram eins og það er eða mulið. Það er fullkomið fyrir cannelloni.

TARTARSÓSA

Hráefni

250 g af majónesisósu (sjá kaflann um seyði og sósur)

20 g graslauk

1 matskeið kapers

1 matskeið fersk steinselja

1 matskeið sinnep

1 gúrkur í ediki

1 harðsoðið egg

Salt

ÚTRÝNING

Saxið vorlauk, kapers, steinselju, gúrkur og harðsoðið egg smátt.

Blandið öllu saman og bætið majónesi og sinnepi út í. Setjið klípa af salti.

BRAGÐ

Það er tilvalið meðlæti fyrir fisk og álegg.

TOFFEE SÓSA

Hráefni

150 g af sykri

70 g smjör

300 ml af rjóma

ÚTRÝNING

Gerðu karamellu með smjöri og sykri, án þess að hræra hvenær sem er.

Þegar karamellan er búin, takið hana af hellunni og bætið rjómanum út í. Eldið 2 mín við háan hita.

BRAGÐ

Þú getur bragðbætt karamíníð með því að bæta við 1 grein af rósmarín.

GRÆNTÆMASÚPA

Hráefni

250 g gulrætur

250 g af blaðlauk

250 g tómatar

150 g laukur

150 g rófur

100 g sellerí

Salt

ÚTRÝNING

Þvoið grænmetið vel og skerið það í venjulega bita. Setjið í pott og setjið köldu vatni yfir.

Eldið við lágan hita í 2 klst. Sigtið og bætið salti.

BRAGÐ

Grænmetið sem notað er má nota til að gera gott rjóma. Alltaf eldað án loks, þannig að þegar vatnið gufar upp þéttist bragðið betur.

VELOUTE SÓSA

Hráefni

35 g smjör

35 g hveiti

½ l af seyði (fiskur, kjöt, alifugla osfrv.)

Salt

ÚTRÝNING

Steikið hveitið rólega í smjörinu í 5 mín.

Bætið soðinu út í í einu og eldið við meðalhita, hrærið stöðugt í. Setjið klípa af salti.

BRAGÐ

Það þjónar sem grunnur í mörgum öðrum sósum.

SALSA VINAIGRETTE

Hráefni

4 matskeiðar af ediki

1 lítill laukur

1 stór tómatur

½ rauð paprika

½ græn paprika

12 matskeiðar af ólífuolíu

Salt

ÚTRÝNING

Skerið tómata, papriku og lauk í mjög litla bita.

Blandið öllu saman og bætið við olíu, ediki og salti.

BRAGÐ

Tilvalið til að klæða krækling eða kartöflur soðnar með túnfiski.

www.ingramcontent.com/pod-product-compliance
Lightning Source LLC
Chambersburg PA
CBHW070505120526
44590CB00013B/753